வழிகாட்டி

சிறுகதைக் கதம்பம்

உடுமலை கி. ராம்கணேஷ்

படையல்

திரு. கோவிந்தசாமி நாயுடு - திருமதி. குப்புத்தாயம்மாள்

திரு. சுப்பைய நாயுடு - திருமதி. துளசியம்மாள்

திரு. வெங்கிடுசாமி நாயுடு

திரு. வெங்கிடுசாமி நாயுடு - திருமதி. முத்துலட்சுமி

பொருளடக்கம்

தலைப்பு : வழிகாட்டி (சிறுகதைக் கதம்பம்)
வகைமை : சிறுகதை
ஆசிரியர் : உடுமலை கி. ராம்கணேஷ்
உரிமை : ஆசிரியருக்கு
முதற்பதிப்பு : செப்டம்பர் - 2022
முகவரி:
5-89 பி பார்த்தசாரதிபுரம்
சாமராயபட்டி (அ)
உடுமலைப்பேட்டை - 642 204.

அணிந்துரை

இந்நூலின் ஆசிரியர் முனைவர் கி. ராம்கணேஷ் (உடுமலை கி. ராம்கணேஷ்), அவர்கள் உடுமலையில் பிறந்த தமிழ் மாலை. சரளமான இலக்கண நடை, இலக்கிய அறிவு ஆகியவற்றால் காண்போரை வியக்க வைக்கும் சிறப்பாளர். பல்வேறு பள்ளி, கல்லூரி, தொண்டு நிறுவனங்கள், சமூக ஆர்வ நிறுவனங்கள் நிகழ்த்தும் மேடைகளில் சிறப்பு விருந்தினராக உரை நிகழ்த்துபவர்.

புத்தக வாசிப்பு குறைந்து வரும் காலங்களில் இவரின் புத்தக வாசிப்பு ஆர்வம் என்னை மிகவும் கவர்ந்தது. சாதாரணமாக உரையாடும்போதும் எந்தப் பேச்சாக இருந்தாலும் தமிழ் இலக்கியச் சான்றுகளோடு உரையாடும் திறமை என்னை வியக்க வைக்கிறது.

மதுரை காமராசர் பல்கலைக்கழகத்தில் 2017 ஆம் ஆண்டு முனைவர் (Ph.D) பட்டம் பெற்றுள்ளார். பழனி அருள்மிகு பழனியாண்டவர் கலை, பண்பாட்டுக் கல்லூரியில் தமிழ் இலக்கியத்தில் இளங்கலை, முதுகலை மற்றும் மெய்ப்பொருளியல் நிறைஞர் (M.Phil) பட்டங்களைப் பெற்றுள்ளார். முதுகலைத் தமிழ் இலக்கியத்தில் மதுரை காமராசர் பல்கலைக்கழகத்தில் இரண்டாமிடம் பெற்றுள்ளார். மாநிலப் பேராசிரியர் தகுதித் தேர்வில் தேர்ச்சி பெற்றுள்ளார். மடத்துக்குளம் ஜே.எஸ்.ஆர் கல்வியியல் கல்லூரியில் கல்வியியல் (B.Ed) படிப்புப் பயின்றவர்.

சிறந்த பேச்சாளர் என்னும் தளத்தில் மட்டும் தம்மைச் சுருக்கிக் கொள்ளாமல் எழுத்துலகிலும் தம்மை நிரூபித்து வருகிறார். ஆய்வுக் கட்டுரைகள், கவிதைகள், சிறுகதைகள் எழுதி வருகிறார்.

தனியார்ப் பள்ளிகளில் ஐந்தாண்டுகள் முதுகலைத் தமிழாசிரியராகப் பணியாற்றியுள்ளார். பல்வேறு கருத்தரங்குகள், பயிலரங்குகளில் பங்கேற்று ஆய்வுக்கட்டுரைகளை வாசித்துள்ளார். மதுரைமணி நாளிதழ், திருக்கோயில் மாத இதழ்,

குருகுலத்தென்றல் மாதஇதழ், கவிச்சூரியன் மின்னிதழ், கல்கி இதழ், தி இந்து - காமதேனு இதழ், விஜயபாரதம் இதழ், வல்லமை மின்னிதழ், பதிவுகள் மின்னிதழ், முத்துக்கமலம் மின்னிதழ், தினமணி நாளிதழ், அருளமுது இதழ், இகரமுதல்வி இதழ், காற்றுவெளி மின்னிதழ், கணையாழி மாத இதழ், பாவையர் மலர் மாத இதழ், கீற்று மின்னிதழ், தமிழ் டாக்ஸ் மின்னிதழ், புன்னகை இதழ், கொலுசு மின்னிதழ், குமுதம் - தீராநதி இதழ், ஆன்மிக மலர் மெயில் புக், தென்றல் மின்னிதழ் (அமெரிக்கா), ஆப்பிரிக்கா தமிழ்ச்சாரல் (கின்சாசா), சஹானா மின்னிதழ், பொம்மி சிறுவர் மாத இதழ் ஆகியவற்றில் தம் படைப்புகளை வெளியிட்டுள்ளார். அரசு உதவி பெறும் கல்லூரி ஒன்றில் பல்கலைக்கழக மானியக்குழு (UGC) உதவியுடன் வெளிவந்த பாடப்புத்தகங்களில் இவரது "வைணவம் வளர்த்த தமிழ்", " சுருக்கம் தேடும் விரிந்த கவிதைகள்", சி.சு. செல்லப்பாவின் 'வாடிவாசல்' நாவல் ஆகிய கட்டுரைகள் இடம் பெற்றுள்ளன. ஆண்டவன் அடித்த மொட்டை (கவிதை நூல் - அமேசான் கிண்டில்), நெய்தலகமும் தும்பைப்புறமும் (ஆய்வு நூல்) ஆகிய நூல்கள் வெளியிட்டுள்ளார். பல்வேறு பள்ளி, கல்லூரிகளில் சிறப்பு விருந்தினராகப் பங்கேற்றுள்ளார். பள்ளிகளில் பணியாற்றும் காலத்தில் மனிதஉரிமை, சுற்றுச்சூழல் குறித்த கருத்தரங்குகளில் பங்கேற்றுள்ளார்.

மதுரை, பாரதி யுவ கேந்திரா நிறுவனம் சிறந்த மாணவருக்கான 'சுவாமி விவேகானந்தர்' விருது வழங்கியுள்ளது. இவர் படைத்த கவிதை நூல் ஒன்றிற்கு 'திருப்பூர் இலக்கிய விருது' பெற்றுள்ளார்.

தற்போது பொள்ளாச்சியில் சுயநிதிக்கல்லூரி ஒன்றில் பேராசிரியராகப் பணியாற்றி வருகிறார்.

வழிகாட்டி என்னும் இந்நூல் வளர்ந்து வரும் மாணவர்களின் அறிவையும் ஆற்றலையும் ஊக்கப்படுத்தும் என்பதில் எவ்வித ஐயமும் இல்லை.

இக்கதைகள் கல்வியின் இன்றியமையாமையை எடுத்துரைக்கின்றன.

இன்றைய தொழில்நுட்ப உலகம் பணம் இல்லாத வறுமைச் சூழல் இளைஞர்களை எப்படி வழிநடத்துகிறது என்பதை இக்கதைகள் வெளிப்படுத்துகின்றன.

மாணவர்கள் கல்வி பயின்ற பின்னர் எவ்வகையில் நடந்துகொண்டால் சிறப்பு என்பதையும் இளைஞர்கள் எவ்வாறு சொந்தக்காலில் நிற்க வேண்டும் என்பதையும் சிறுகதைகள் மூலம் உணர்த்துகிறார்.

முயற்சி திருவினையாக்கும், உழைப்பே உயர்வு தரும் என்னும் கதைகள் வெற்றிக்கு வழிகாட்டும் வழிமுறைகளாக அமைகின்றன.

இளம் தலைமுறையினர் மேம்பட வேண்டும் என்ற உயர்ந்த, பரந்த எண்ணம் கொண்ட படைப்பாளர்களில் சிறந்த ஒருவராக விளங்குகிறார். வளர்க அவரது படைப்புப் பணி; அவர் சேர்க்கட்டும் தமிழுக்கு அணி.

வாழ்த்துக்களுடன்

முனைவர் க. இராஜா

தமிழ் இணைப்பேராசிரியர்

மனமேடை...

மனித மனத்தின் எண்ணத்தூண்டல்களே படைப்பாகப் பரிணமிக்கிறது. அவ்வகையில் நான் கண்ட காட்சிகள், கற்பனையில் தோன்றிய காட்சிகள் ஆகியவற்றைக் கருவாகக் கொண்டு ‘வழிகாட்டி’ என்ற சிறுகதைக் கதம்பம் உருவாக்கப்பட்டுள்ளது. சிந்தனை என்ற காட்டாறு பிரவாகமெடுத்து இலக்கிய உலகில் எத்தனையோ வளங்களை படைத்துள்ளது. அத்தகைய வளங்களின் ஊடாக ஒரு சிறு செடியாக இப்படைப்பை எழுதியுள்ளேன். வாசகர்களாகிய தங்களின் ஒட்டு மொத்த கருத்துகளின் வழி நீரையும் உரத்தையும் சேர்த்தி மிகப்பெரிய ஆலமரமாக உருவாக்க வேண்டிய பொறுப்பை உங்கள் கையில் கொடுத்து விடுகிறேன்.

இப்படைப்பில் வெளியாகியுள்ள கதைகள் கல்கி, பாவையர் மலர், பொம்மி, விஜயபாரதம் ஆகிய இதழ்களில் வெளியாகியுள்ளன. சில கதைகள் இணைய இதழ்களில் வெளியாகியுள்ளன. நோஷன் பிரஸ் பதிப்பகம் மூலம் இந்நூலை வெளியிடுவதற்கு மேலான நன்றியைத் தெரிவித்துக் கொள்கிறேன். இந்நூல் உங்கள் கைககளில் தவழ்வதற்கு உறுதுணையாய் இருந்து வழிகாட்டுதல் நல்கிய நண்பர் முனைவர் க. இராஜா அவர்களுக்கும் என் வளர்ச்சியில் அக்கறை கொண்டு என்னை ஊக்கப்படுத்திக் கொண்டிருக்கும் நல்லுள்ளங்களுக்கும் என்றும் என் நன்றி உரியது.

உடுமலை கி. ராம்கணேஷ்
ramganeshdharun@gmail.com
அலைபேசி: 97159 84239

1

பாப்பாத்தி

வேலுச்சாமிக்கு ஐந்து கடமைகளில் ஒரு கடமை நல்லபடியாக முடிந்து விட்டது. மூத்தமகள் ராசாத்தியைத் தன் தங்கை மகன் சாமிவேலுக்குத் திருமணம் செய்து வைத்துவிட்டார். இன்னும் பாப்பாத்தி, ஆறுச்சாமி, ரங்கசாமி, தனலட்சுமி ஆகிய நான்குபேரும் அடுத்தடுத்துத் திருமணத்திற்குத் தயார் நிலையில் நிற்கின்றனர். வசதிவாய்ப்பில்லை என்றாலும் ஆடு மேய்த்துக் குடும்பத்தை நடத்தி வருகிறார். என்னதான் தங்கை வீட்டுக்குப் பெண் கொடுத்திருந்தாலும் செய்ய வேண்டிய சீர்வரிசைகளை குறையில்லாமல் செய்து வந்தார். யாரிடமும் தான் கஷ்டப்படுவதைக் காட்டிக்கொள்ள மாட்டார்.

“ ஏப்பா, வேலுச்சாமி எப்பிடி மீதி இருக்கற நாலுபேரையும் கரைசேத்தப் போற” எனக் கேட்டார் மாமா ராமசாமி. “ ஏன் என்னால முடியாதா? ஒடம்புல வலுவிருக்குது, மனசுல தைரியமிருக்குது நாலுபேரென்ன, இன்னும் நாப்பதுபேரா இருந்தாலும் சமாளிக்க முடியும்” என்றார் வேலுச்சாமி. இவ்வளவு தைரியத்துக்கும் காரணமானவள்; மனைவி சுப்புத்தாய். சிக்கனமாகக் குடும்பத்தை நடத்துவதில் யாரோடும் ஒப்பிட்டுப் பேச முடியாது. அதே சமயத்தில் வேலுச்சாமிக்குக் கோபம் ஏற்பட்டு ஏதாவது பேசினால் கூட எதிர்த்துப் பேசமாட்டாள் அப்படியொரு அமைதியான சுபாவம் கொண்டவள். ஊரிலுள்ள யாராவது மகனோ, மகளோ தப்பு செய்தால், வேலுச்சாமியின் பிள்ளைகளைப் பார்த்து எப்படி இருக்கனும்னு கத்துக்கனும்னு சொல்லுவார்கள்.

வசதியில்லாத குடும்பம் என்றாலும் வேலுச்சாமியின் வீட்டில் சம்பந்தம் வைத்துக் கொள்ள வேண்டும் என உறவுக்காரர்கள் சொல்லுவார்கள். இரண்டாவது மகள் பாப்பாத்தியைப் பெண் கேட்டு பக்கத்து ஊரிலிருந்து மாப்பிள்ளைவீட்டார் வந்திருந்தனர். “பொண்ணு பாக்க லட்சணமா மூக்கும் முழியுமா இருக்கா” எனப் பேசிக்கொண்டனர். மாப்பிள்ளைவீட்டாருக்குப் பெண் பிடித்து விட்டது. “எங்களுக்குப் பொண்ண ரொம்பப் புடிச்சிருக்குது. நீங்க சீர் செணத்தி எல்லாம் ஒன்னும் பெரிசா செய்யனும்னு நாங்க கேட்கல, உங்களால என்ன முடியுமோ அதச் செய்யுங்க” என்றார் மாப்பிள்ளையின் தந்தை. பெண் வீட்டார் மகிழ்ச்சியடைந்தனர். மாப்பிள்ளையின் தந்தை வேலுச்சாமியிடம், “உங்க பொண்ணு சாதகத்தைக் கொடுங்க எங்க குடும்ப சோசியருகிட்ட காட்டி பொருந்தியிருந்தா ஆவணி மாசமே கண்ணாலத்த வெச்சுக்கலாம்” எனக் கூறினார்.

தன் மகளுக்கு நல்ல எதிர்காலம் அமைய சாமியை மனதுள் மனமுருகி வேண்டிக் கொண்ட வேலுச்சாமி, தன் மனைவியைப்பார்த்து, ‘சுப்புத்தாயி டிரங்குப் பொட்டில, பாப்பாத்தி சாதகப் பொஸ்தகமும் பூத்த குறிப்பும் இருக்குது எடுத்துட்டு வா” எனச் சொல்ல, வேகமாகச் சென்ற சுப்புத்தாயி பெட்டிக்குள் மஞ்சள் பையில் சுற்றி வைத்திருந்த சாதகத்தை எடுத்து சாமிபடத்தின் காலடியில் வைத்து வணங்கிவிட்டு கொண்டு வந்து கொடுதத்தாள். மாப்பிள்ளை வீட்டார் சாதகத்தை வாங்கிக் கொண்டு இரண்டு நாள்களில் தகவல் சொல்வதாகச் சொல்லிச் சென்றனர். பாப்பாத்திக்கு ஏகப்பட்ட சந்தோசம். தனக்குக் கல்யாணத்திற்கு என்ன நிறத்தில் சேலை எடுத்தால் நன்றாக இருக்கும் என்றெல்லாம் சிந்திக்கத் தொடங்கிக் கனவு காண ஆரம்பித்து விட்டாள். வேலுச்சாமி தன் பட்டியில் அடைத்திருந்த ஆடுகள் சிலவற்றை விற்க ஏற்பாடு செய்தார்.

ஒரு வாரமாகியும் எந்தவொரு தகவலும் வந்து சேரவில்லை. வேலுச்சாமியின் மனதைரியம் சற்றே ஆட்டம் காணத்தொடங்கியது. மனைவி புலம்பத் தொடங்கினாள். “ஏனுங்க மாப்பள வீடு நல்ல எடம். நம்மகிட்ட பெருசா எதையுமே எதிர்பாக்காதவங்களா இருக்காங்க. சாதகத்தை வாங்கிட்டுப் போயி ஒரு வாரமாச்சு. ஒரு தகவலும் இல்ல. நீங்க விசாரிச்சீங்களா?” எனக் கவலையோடு கேட்டார். “ எனக்கும் ஒன்-

னும் புரியல'' என்ற வேலுச்சாமி மாப்பிள்ளை வீட்டுக்கு நேரில் சென்று விசாரித்து விட்டு வரலாம் என்ற நினைப்போடு மனைவியிடம் சொல்லிக் கொண்டு நடையைக் கட்டினார்.

மாப்பிள்ளையின் தந்தை வீட்டிற்குள் டி.வி பார்த்துக் கொண்டிருந்-தார். எதேச்சையாக வெளியே பார்க்க வேலுச்சாமி வருவது தெரிந்தது. மாப்பிள்ளையின் தந்தைக்கு தூக்கிவாரிப் போட்டது போல் இருந்தது. இருந்தாலும் வெளிக்காட்டாமல், '' வாங்க வாங்க நல்லாருக்கீங்களா, வீட்ல எல்லாரும் சௌக்கியமா'' எனக் கேட்க, சௌக்கியம் என்பதாகத் தலையை மட்டும் ஆட்டினார் வேலுச்சாமி. அவர் முகத்தில் கவலை அப்பியிருந்தது நன்றாகவே தெரிந்தது. ''அப்புறம் என்ன குடிக்கிறீங்க, டீ, காபி'' என சொல்லி முடிக்கும் முன்பே வேலுச்சாமி முந்திக் கொண்-டார். ''சாதகம் பாத்தீங்களா, நாங்களும் எதிர்பாத்துகிட்டே இருந்தோம்'' எனச் சொல்லி பேச்சை நிறுத்தினார். ''பாருங்க நாங்க எதுக்கும் ஆசப்-படாதவங்க, உங்க குடும்பத்தைப் பத்தி முழுசா விசாரிச்சு தெரிஞ்சதுக்-கப்புறந்தா பொண்ணுப் பாக்க சொந்தக்காரங்களக் கூட்டிகிட்டு வந்தம். ஆனா, கடவுள் கைவிரிச்சுட்டாரே'' எனச்சொல்லி முடிக்க, அதிர்ச்சி-யில் ஆடிப்போனார். பதற்றத்துடன், ''ஏன், என்னாச்சு'' எனக்கேட்டார்

'' உங்க பொண்ணு சாதகத்துல தோசம் இருக்குதாம். என்னோட பையனுது சுத்த சாதகம். பாத்தவுடனே சோசியரு வேண்டானுட்டாரு. இதச் சொல்ல தயக்கமா இருந்துச்சு. அதனால உங்களுக்கு தகவல் சொல்லல'' எனச் சொல்ல, மனம் துன்பப்பட்ட வேலுச்சாமி தலையை மட்டும் ஆட்டிவிட்டு, அவ்விடத்தை விட்டுக் கிளம்பினார். சுப்புத்தாயி கணவன் வரவை எதிர் பார்த்துக் கொண்டிருந்தாள்;. என்ன நடந்ததோ என மனம் தடுமாறிக் கொண்டிருந்தது. தொலைவில் கணவன் வருவது தெரியவே சற்று ஆறுதலடைந்தாள். நிலைகுலைந்து வீட்டிற்குள் நுழைந்த வேலுச்சாமியைப் பார்த்ததும் ஏதோ நடந்திருக்கிறது என்பதைப் பார்த்துப் புரிந்து கொண்டு, '' ஏனுங்க என்னாச்சு, என்ன சொன்னாங்க'' எனக் கேட்க பதிலேதும் சொல்லாமல் நாற்காலியில் அமர்ந்தார். அமை-தியின் வடிவான சுப்புத்தாய் சற்று குரலையுயர்த்தி ''என்னாச்சுனு நானும் கேட்டுகிட்டே இருக்கே, அமைதியா இருந்தா எப்படீங்க?''. ''என்னத்தச் சொல்றது. சொல்றதுக்கு இனிமே ஒன்னும் இல்ல. நம்ம புள்ள சாதகத்துல தோசம் இருக்குதாம். வேண்டானுட்டாங்க'' எனச்

சொல்லும்போது வேலுச்சாமியின் கண்கள் கலங்கிவிட்டன. “அய்யோ! கடவுளே, எந்தக்கொறயும் இல்லாம பொண்ணப் பெத்தெடுத்தேன். இப்படியொரு கொற வெச்சுட்டியே” எனப் புலம்பி அழுதாள். “ என்ன பண்ண பொண்ணோட விதி இனிமே மாப்பள பொறந்தா வரப்போறான். நம்ம பொண்ணுக்கு எங்கயோ பொறந்திருப்பான்” எனச் சொல்லி ஆறுதல் படுத்தினார். வயலுக்கு வேலைக்குச் சென்ற நான்கு பிள்ளைகளும் வரவே, சுதாரித்துக் கொண்டு சாதாரண நிலைக்கு வந்தனர். தங்களுடைய கஷ்டம் எதுவும் பிள்ளைகளுக்குத் தெரியக் கூடாது என்பதில் கணவனும் மனைவியும் கவனமாகவே இருப்பார்கள். பாப்பாத்தி வீட்டிற்கு வருகிற வழியில் தன் மூத்த தம்பி ஆறுச்சாமியிடம் கல்யாண விசயம் பற்றிக் கேட்கச் சொல்லியிருந்தாள். முதலில் கேட்க மறுத்த ஆறுச்சாமி வற்புறுத்தவே கேட்பதாக ஒத்துக் கொண்டான்.

சமையலறையில் மனத்துயரத்தோடு மகளின் வாழ்க்கை என்னவாகுமோ என்ற கவலையில் ஏதோ சமைத்துக்கொண்டிருந்தாள். மெதுவாக அம்மாவிடம் தயங்கியபடியே, “என்னாச்சுமா, அக்காவை பாத்துட்டுப் போனாங்களே...” எனக் கேட்க, என்ன சொல்வது என யோசி;த்தபடியே, “கண்ணு, நம்ம கையில காசு கொறயாத்தா இருக்குது. பெரியக்கா கண்ணாலத்துக்கு வாங்குனு கடனு இன்னும் கொஞ்சம் இருக்குது. மாப்பள வீட்டுக்காரங்க உங்க பொண்ணுக்கு செய்யறதைச் செய்யுங்க சொன்னாலும், நம்ம குடும்பத்துக்குனு ஒரு மரியாதை இருக்குதில்ல. காசு சேத்துட்டு அப்புறமா பாத்துக்கலாம்” எனச் சொல்லி முற்றுப்புள்ளி வைக்கவே, ஆறுச்சாமி அவ்விடம் விட்டுக் கிளம்பிச் சென்று பாப்பாத்தியிடம் விசயத்தைக் கூறினான். பாப்பாத்தியின் மனக்கோட்டை இடிந்து விழுந்தது.

வேலுச்சாமி மகள் ஜாதகத்தை எடுத்துக் கொண்டுபோய் ஜோதிடரிடம் காண்பித்தார். “ஓங்க பொண்ணுக்கு சாதகத்துல மாங்கல்ய தோசம் இருக்குது. இதுக்குப் பரிகாரம் பண்ணுங்க. சீக்கிரம் கல்யாணம் நடக்கும்” எனச் சொல்ல தட்சணை கொடுத்துவிட்டு வீட்டிற்குவந்து மனைவியிடம் விசயத்தைக் கூறினார். பரிகார பூஜை ஆற்றங்கரையில் நடந்து முடிந்தது. ஆற்றுக்கு துணிதுவைக்கச் சென்ற பழனியம்மாள் இதை கவனித்துவிட்டு ஊருக்குள் பாப்பாத்திக்கு தோசம் இருப்பதை பரப்பிவிட்டாள். படிப்படியாக இந்த செய்தி வேலுச்சாமியின் குடும்பத்தின-

ருக்கு வந்து சேர்ந்தது. அமைதியே உருவான சுப்புத்தாய் இப்பொழு-தெல்லாம் அப்படியில்லை. மகளின் வாழ்க்கை பற்றிய கவலை அவள் மனதை பலமாக அறுத்துக் கொண்டிருந்தது. “ அய்யோ, காளி-யாத்தா ஒனக்கு கண்ணில்லயா. ஓல வாய மூடுனாலும் ஊரு வாய மூட முடியாதே. இனி எல்லாப் பொம்பளயும் எம் புள்ளயப் பல்லுல வெச்சு பருப்பா கடிப்பாங்களே” என அழுதாள். ஜாதகம் பாதகமானதை எண்ணி மேலும் துயரப்பட்டார் வேலுச்சாமி. பாப்பாத்தியைக் கட்டுப-வன் ஒரு மாதத்தில் இறந்துவிடுவான் என ஊருக்குள் கதை கட்டப்பட்-டது. இந்தச் செய்தி ஊருக்குள் தெரிந்த பின்பு யாரும் பாப்பாத்தியைப் பெண் கேட்டு வரவில்லை. இப்படியே சில காலம் கழிந்தது. வேலுச்-சாமியின் குடும்பம் ஏதோ போய்க் கொண்டிருந்தது. ஊர் மக்களின் வாய்க்கு வேறு தீனி கிடைக்கவே பாப்பாத்தியைப் பற்றி இப்பொழுதெல்-லாம் யாரும் பேசுவதில்லை. பாப்பாத்தியுடன் ஐந்தாம் வகுப்புப் படித்த சுப்பிரமணி அவளை விரும்ப ஆ.ரம்பித்தான். தன் விருப்பத்தை தன் பெற்றோரிடம் தெரிவித்தான். “ டேய், கொஞ்சமாவது உனக்கு அறி-விருக்குதாடா. தோசம் உள்ள பொண்ண கட்டுனா நீ செத்துப் போயி-ருவ” அம்மா திட்டினாள். “அதெல்லாம் ஒண்ணும் ஆகாது. பாப்பாத்தி மாதிரி நல்ல பொண்ணு கெடைக்கறது ரொம்பக் கஷ்டம். பரிகாரமும் பண்ணிட்டாங்க” எனப் புரியும்படி சொன்னான். வீட்டில் யாரும் ஏற்-றுக்கொள்ளவில்லை. “பரிகாரம் பண்ணியிருந்தாலும் மாங்கல்யதோஷம் புள்ளப்பேறு தராதாம். பெரிய பெரிய சோசியரே சொல்லுறாங்க” என்-றார் அப்பா. இவ்வளவு நேரம் பெற்றோரிடம் பேசியது செவிடன் காதில் ஊதிய சங்காகிவிட்டதை நினைத்து வருந்தினான் சுப்பிரமணி.

பாப்பாத்தி தன் குடும்பத்திற்குத் தன்னால் இப்படியொரு துன்பம் வந்-துவிட்டதை யாரும் இல்லாத போது நினைத்து நினைத்து அழுவாள். ஊருக்குள் நடக்கும் நல்லநிகழ்வுகளுக்கு யாரும் வேலுச்சாமியின் குடும்-பத்தை முன்புபோல் அழைப்பதில்லை. ஒட்டுமொத்தக் குடும்பமே தீண்-டத்தகாதவர்கள் போல் நடத்தப்பட்டார்கள். வெறும் வாய்வார்த்தைக்கு மட்டும்தான் சிலர் பேசுவார்கள். சுப்பிரமணிக்கு நண்பர்கள் சிலர் இருந்-தனர், அவர்களுடன் கலந்துபேசி பாப்பாத்தியைப் பெண்கேட்டுச் செல்-லலாம் என முடிவெடுத்தான். நண்பர்களுள் ஒருவன், “ டேய். சாதகம் அந்தப் பொண்ணுது...” எனக்கூற “ அந்தப் பொண்ணக் கட்டி

செத்தாக்கூட எனக்கு சந்தோசந்தாண்டா" என்றான். நல்லவேலையில் இருக்கின்ற சுப்பிரமணி நண்பர்களுடன் சென்று பெண்கேட்க, வேலுச்சாமி முதலில் சாதகத்தைப்பற்றிச் சொல்லி மறுத்தார். மேலும் பெற்றோர் சம்மதமில்லாமல் திருமணம் செய்து கொடுக்கப்போவதில்லை என்பதில் உறுதியாக இருந்தார்.

சுப்பிரமணி தன் பெற்றோரிடம் கெஞ்சிக்கூத்தாடி சம்மதிக்க வைத்து பெண்பார்க்கக் கூட்டி வந்தான். ஊரில் உள்ளவர்களுக்கு அழைப்புச் சொல்லாமல் எளிமையான முறையில் திருமணம் நடைபெற்றது. ஊரிலுள்ளோர் பாப்பாத்தியை திருமணம் செய்த சுப்பிரமணிக்கு ஏழரைச்சனி பிடித்துவிட்டதாகச் சொல்லிக்கொண்டனர். பாப்பாத்திக்கு மனதுக்குள் பயம் இருந்துகொண்டுதான் இருந்தது. எல்லாச்சாமிகளையும் வேண்டிக்கொண்டாள். " கடவுளே, எனக்கு வாழ்க்கை கொடுத்த குடும்பத்துக்கு ஒரு கஷ்டமும் வரக்கூடாது. தொணயா இருந்து காப்பாத்தனும், ஒரு கொறயும் வரக்கூடாது" என்பதை எந்நேரமும் சொல்லிக்கொண்டே இருப்பாள். பாப்பாத்தியின் வேண்டுதல் கைகூடியது. சுப்பிரமணிக்கு உத்தியோகத்தில் பதவி உயர்வு கிடைத்தது. திருமணமான மறுவருடமே அழகான குழந்தை பிறந்தது. ஊரார் பேச்சு, ஜோதிடரின் கணிப்பு இரண்டும் பொய்யாய்ப் போனது. இப்பொழுதும் பாப்பாத்தியைப் பற்றி ஊருக்குள் "சாதகமே பொய்யி; தலயெழுத்தே மெய்யி" எனப் பேசிக்கொண்டார்கள். ஊராரின் பேச்சுக்களைக் இப்பொழுதெல்லாம் பாப்பாத்தி பெரிதாக எடுத்துக்கொள்வதில்லை. தனக்கான வாழ்க்கையை நல்லபடியாக வாழவேண்டும் என்பதே அவளின் எண்ணமாக இருந்தது. தெருவழியே இரண்டு பெண்கள் பேசிக்கொண்டு போனார்கள் " அடியே! செம்பகம், உனக்கு சேதி தெரியுமாடி". "என்னக்கா சேதி" எனக்கேட்டாள் செண்பகம். "எங்க வீட்டுக்கு எதுக்க இருக்காளே ருக்குமணி அவுளுக்கு இன்னக்கி ஆம்பளப்புள்ள பொறந்திருக்குது" என்றாள் சின்னம்மாள். "சந்தோசந்தானக்கா". "அடி நீ வேற ஆம்பளப்புள்ள வெள்ளிக்கெழமையில்ல பொறந்திருக்குது. அது குடும்பத்துக்காகதுடி". வெறுவாயை மெல்லும் ஊர்மக்களின் வாய்க்கு வேறு ஒரு தீனி கிடைத்துவிட்டதை நினைத்து பாப்பாத்தி ருக்குமணி மீது பரிதாபப்பட்டாள்.

2

கண் திறந்தது

அன்று வழக்கத்திற்கு மாறாக எட்டு மணி ஆகியும் ராமாத்தாள் தூக்கத்திலிருந்து எழுந்திருக்கவில்லை. இதை கவனிக்காமல் ரவியும் தூங்கிக் கொண்டு இருந்தான். எப்போதும் பள்ளிக்கு ரவியுடன் சேர்ந்தே போகும் ராகுல் தோளில் புத்தகப்பையை மாட்டிக் கொண்டு ரவியின் வீட்டிற்கு வந்தான். வீடு பூட்டியிருப்பது போல் தோன்றியது. அருகில் வந்து பார்த்தபோது கதவு உள்பக்கமாகத் தாழிடப்பட்டிருப்பதை அறிந்து கதவைத்தட்டினான். யாரும் திறக்கவில்லை. காற்றுக்காக திறந்து வைக்கப்பட்டிருந்த சன்னலின் வழியாக பாhத்தபோது தாயும் மகனும் ஆளுக்கொரு பக்கமாகப் படுத்திருப்பது தெரிந்து, ஒரு சிறு கல்லினை எடு;த்து சன்னலின் வழியாக ரவியின் மீது வீசினான்.

திடுக்கிட்டு எழுந்த ரவி முழுமையான தூக்கம் கலையாமல், " யாருடா என்ன அடிச்சது? " என்று சொல்லிக் கொண்டு எழுந்தான். சன்னலுக்கு வெளியே ராகுல் சீருடையுடன் நிற்பதைப் பார்த்துவிட்டு வேகமாகச் சென்று கதவைத் திறந்தான். "ஏண்டா, நேரத்திலயே கிளம்பி வந்துட்ட. என்னடா அவசரம்" என்றான். "போடா, டேய்! மணி எட்டுக்கும் மேலாச்சு, இன்னக்கி தமிழய்யா சிறப்பு வகுப்புக்கு எட்டரை மணிக்குள்ள வரச்சொல்லியிருக்காரு. அது தெரியாம என்னடா தூக்கம் வேண்டிக் கெடக்கு" எனக் கோபத்துடன் ராகுல் பேசினான். ரவி தூக்கத்தில் கும்பகர்ணனையே விஞ்சி விடுவான். படிப்பதை விடப் படு;த்துத் தூங்குவதே அவனுக்கு மிகவும் பிடிக்கும். பள்ளிக்கூடம் மட்டும் அம்-

மாவின் விருப்பத்திற்காகச் செல்வான். பாடத்தைப் புரிந்து கொள்ளும் ஆற்றல் இருந்தும் ரவி படிப்பதில்லை.

“ அய்யையோ! நா காலையில ஆறு மணிக்கே எழுப்பச் சொல்லி, எங்கம்மா கிட்ட சொன்னன்;;டா” எனச் சொல்லிவிட்டு ராமாத்தாள் படுத்திருந்த இடத்திற்கு வந்தான். “ஏம்மா இன்னியுமா தூங்கிகிட்டு இருக்க. நேரமா நா எந்திருக்கலைனு தினமும் திட்டுவியே. நீ மட்டும் இன்னக்கிப் புதுசா இவ்வளவு நேரம் தூங்கறியே” என்று சொல்லிக் கொண்டே தட்டியெழுப்பக் கை வைத்த போது, உடல் சில்லிட்டுக் கிடந்-தது. ஏதோ வி;பரீதம் என்பதை உணர்ந்து, “அய்யோ! அம்மா” எனக் கதறினான். சத்தம் கேட்டு ஓடி வந்த பக்கத்து வீட்டுக்காரர்கள் ராமாத்-தாள் இறந்ததைத் தெரிவித்தனர். கதறித் துடித்தான் ரவி. வுpவரம் தெரியாத வயதில் தந்தையைப் பறிகொடுத்தவன் . இப்போது தாயையும் இழந்து விட்டான். ரவிக்கு உறவினர்கள் யாருமில்லாத சூழலில் அக்கம் பக்கம் இருந்தவர்கள் ராமாத்தாளை நல்லடக்கம் செய்தனர். தங்களால் முடிந்த உதவிகள் செய்தனர்.

ரவி பள்ளிக்கு வராததை அறிந்த தமிழாசிரியர் ராகுலுடன் ரவியின் வீட்டிற்கு வந்தார். ஆசிரியர் தன் வீடு நோக்கி வருவதைப் பார்த்த ரவி, “ அய்யா! எங்கம்மா என்ன விட்டுட்டுப் போயிட்டாங்கய்யா” என்ற-ழுதான். ஆசிரியர் ஆறுதல் படுத்தினார். “ இறப்புங்கறது, வாழ்க்கை-யில் எல்லா உயிருக்கும் வரும். நீ வருத்தப்படாத, உன்னோட அம்மா உனக்குத் தெரியாம உன் கூடவே இருப்பாங்க. படிக்கிறது உன் எதிர்-காலத்துக்கு ரொம்ப முக்கியும். படிப்பு மட்டுந்தான் நமக்குத் துணை” என்றார். ரவியின் அம்மா உயிருடன் இருந்த போது, “சாமி, நல்லா படிப்பா. படிப்பு மட்டுந்தா ஒனக்கு தொண. நீ நல்லாப் படிச்சு பெரி-யாளா வரனும். அதுக்குத்தான் நானும் உசிரக் கையில புடிச்சிட்டு இருக்க” என்பாள்.

ஆசிரியரின் பேச்சு அம்மாவை நினைவுபடுத்தியது. ஆசிரியரிடம், “அய்யா! நா நல்லாப் படிக்கணும்னு எங்கம்மாவுக்கு ரொம்ப ஆச, நா படிக்க உதவுங்க அய்யா” என்றான். சரிவரப் படிக்காத ரவியின் பேச்சு ஆசிரியருக்கு வியப்பை ஏற்படுத்தியது. ரவியின் படிப்பு உள்ளிட்ட தேவைகளுக்கு உதவுவதாகக் கூறினார். மேலும், “ உங்கம்மா அவங்க கண்ண மூடிட்டு, உன்னோட கண்ண திறந்திட்டாங்க” என்றவாறு ரவி-

யைத் தழுவிக் கொண்டு தன்னுடன் அழைத்துச் சென்றார்.

3

கொசுவா

“ஒறச்சுப் பொட்டு வெக்க ஒரு பைசா கூட தரமாட்டன்டி. போய்கிட்டே இரு”. பழனியம்மாளின் பேச்சைக் கேட்டு அப்படியே நின்றிருந்தாள் சரசு. அம்மா, அப்பாவின் இறப்புக்குப்பின் அண்ணனே கதி என்று வந்தாள். அண்ணனும் பெயர் தெரியாத வியாதி வந்து .இறந்து விட்டார். அம்மா இல்லாத இடத்தில் அண்ணியை வைத்துப்பார்த்தாள். அண்ணியோ ஆகாதவளாகப் பார்த்தாள். அண்ணி இருக்கிறாளே என்று நினைத்திருந்த சரசு நொந்துதான் போனாள். “ நங்கயா! உங்கிட்ட பணந்தான கேட்ட. ஐநூறு குடு போதும். எனக்கு அப்ப அப்ப வவுத்த வலிக்குது. டவுனாஸ்பத்திரி போய்ட்டு வர்ற. வேலக்கிப் போன காசு வந்தவுடனே குடுக்கிற”. சரசுவின் பேச்சு அவள் மனதைக் கரைக்கவில்லை. “ சல்லிக்காசு கூட கெடையாது. உங்கொக்கா சீமக்கண்ணி அவ கிட்ட போயி வாங்கு”. பழனியம்மாள் வெறுப்பைக் காட்டிவிட்டுச் சென்றாள்.

சரசுவுக்குத் திருமணமாகவில்லை. ஏன் எனக் காரணம் தெரியவில்லை. வீட்டின் கடைசிப்பிள்ளையாய் இரண்டு அண்ணன்மார்கள், அக்காக்களுடன் பிறந்தவள். ஒற்றை நாடி தேகம். பனம்பழத்தைச் சப்பிப் போட்டதைப் போன்ற தலைமுடி. ஒழுங்கில்லாத சேலைக்கட்டு. இடுப்பில் வெற்றிலைபாக்கு போட்டு வைக்கும் மடிப்பை. மூக்கில் ஒரு மூக்குத்தி. காதுகளில் கம்மல் போடுவதற்கான துளையில் வேப்பங்குச்சி. கழுத்தில் வெளுத்துப்போன வெள்ளைப் பாசி. குழி விழுந்த கண்கள். ஊதி விட்-

டால் பறந்து விடும் பலம் கொண்டவள். ஐம்பது வயதைக் கடந்துவிட்டாள். ஊருக்குள் நிறைய சரசுகள் இருந்ததால் நிறைய பேர் இவளது உடல்வாகினைப் பார்த்து, 'கொசுவா' என்பார்கள். " தாய் வெச்ச பேரு தலமேட்டுல இருக்கு. நாய் வெச்ச பேரு நடுவூருக்குள்ள" என்பது போல கொசுவா என்ற பேரே நிலைத்துப் போனது.

" அக்கா. காசிருந்தா குடுக்கா. நங்கயா! இல்லைனு சொல்லிட்டா. நீயாச்சுக் குடு. மேக்கால தோட்டத்துல கள வெட்டுன காசு ரெண்டு நாளு கெரமிச்சு தருவாங்க. வவுத்த வலி சுண்டியிழுக்குதுக்கா. பொறுக்க முடியல. ஐநூறு வேணும். காசு வந்த ஒடனே குடுக்கிற" சந்திராவிடம் கெஞ்சினாள் சரசு. இரண்டு அண்ணனும் உயிருடன் இல்லை. ஒரு அக்கா வெளியூரில் இருக்கிறாள். அவள் கண்டு கொள்வதே கிடையாது. சந்திரா ஏதோ ஒரு முறை கவனிப்பாள். அந்த தைரியத்தில் அக்கா வீட்டு வாசலுக்கு வந்திருந்தாள். " அடியேண்டி! நீ வேற நானே வெத்தல வாங்க காசில்லாம குக்கியிருக்கற. எங்கிட்ட ஏது காசு. வவுத்துக்கு சோறு வேணா தின்னுட்டுப் போ. அந்த மீனுவாச்சிகிட்ட உஞ்சொத்து இருக்குது. அவ மயத்த வளச்சுப் போட்டு காசு கேளுடி". அக்காவும் உதவவில்லை. " நானெல்லாம் பொறந்திருக்கவே கூடாது. படுபாவி எங்காயா செத்தப்பவே நானும் செத்திருக்கோனும். எனக்குனு யாரு இருக்கறா" சொல்லியழுதுவிட்டு அந்த இடத்தை விட்டுச் சென்றுவிட்டாள்.

சரசுவின் கையில் முப்பது ரூபாய் மட்டும் இருக்கிறது. உடுமலை சென்று மருத்துவம் பார்க்க முடியாது. குமரலிங்கம் தர்மாஸ்பத்திரி செல்ல முடிவு செய்தாள். ராணி மங்கம்மா பஸ் எலையமுத்தூர் சென்று விட்டு திரும்பி வந்தது. அந்த பஸ்சில் ஏறினாள். " கொமரலிங்கம் ஒரு சீட்டுக் குடுங்க" கண்டக்டரிடம் ஐந்து ரூபாய் கொடுத்து விட்டு வாங்கிக் கொண்டாள். வயிற்று வலி பின்னியெடுத்தது. திருநாவுக்கரசருக்கு சிவபெருமான் கொடுத்த சூலை நோய் போல. மருத்துவமனை செல்வதற்குள் துடியாய்த் துடித்தாள். ஆஸ்பத்திரியில் கூட்டமாக இருந்தது. நீண்ட நேர காத்திருப்புக்குப் பின் மருத்துவரைப் பார்த்தாள். " உங்ககிட்ட அன்னின்கே டவுனாஸ்பத்திரி போகச் சொன்ன. மறுபடியும் வந்திருக்கீங்க" பேந்தப் பேந்த விழித்தாள் சரசு. கண்களில் கண்ணீரும் கொட்டியது. " எங்கிட்ட காசில்லீங்க. எனக்கு வைத்தியம் பாக்கவும் யாரும் வரமாட்-

டாங்க. விதியில உண்டானபடி ஆகட்டுங்க. வவுறு ரொம்ப வலிக்குதுங்க. ஊசி போடுங்க'' பரிதாபப்பட்ட மருத்துவர் ஊசி போட்டு மாத்திரை கொடுத்தார். “ உங்க உடம்பை நீங்கதான் பாத்துக்கனும். சீக்கிரமா டவுனாஸ்பத்திரி போங்க...'' மருத்துவரிடம் தலையாட்டிவிட்டு வீடு வந்தாள்.

காட்டு வேலைக்குச் சென்று கிடைத்த பணத்தை பழனியம்மாளிடம் கொடுத்துவிட வேண்டும் என்பது எழுதப்படாத சட்டமாக இருந்தது. அவளுக்கும் அவள் பிள்ளைகளுக்கும் ஆக்கிக் கொட்ட வேண்டிய வேலையும் சரசுவுக்கு இருந்தது. எல்லா வேலைளையும் செய்தால் மட்டுமே சாப்பாடு கிடைக்கும். போக்கிடம் இல்லாததால் சகித்துக் கொண்டு வாழ்ந்து வந்தாள். சொத்துப் பிரித்தலின் போது சரசுவின் பங்கு பெரிய அண்ணனிடம் ஒப்படைக்கப்பட்டிருந்தது. அவர் இறந்த பின்னர் ஆதரவில்லாமல் போனாள் சரசு. பழனியம்மாளுக்கு சொத்து முழுவதும் தனக்கே சேர வேண்டும் என்ற எண்ணம் இருந்தது. சரசுவின் காலத்திற்குப் பின் தனக்கு வந்து சேரும் என்ற நினைப்பில் இருக்கிறாள்.

நடவு வேலைக்குக் கொத்துக்காரர் ஆட்களைக் கூப்பிட்டுக் கொண்டிருந்தார். சரசு வேலையில் சுமார் ரகம் . அவள் சக்திக்கு உண்டான அளவு வேலை செய்வாள். களை வெட்ட மட்டும் பாவம் பார்த்துக் கூப்பிடுவார்கள். நடவு வேலைக்கு அவள் லாயக்கில்லை.. “ கொத்துக்காரரே... நானும் வரட்டுமா?''. “ உன்னால சேத்துல நாத்திழுக்க முடியாது. வேற வேல வந்தா சொல்றே.'' சொல்லிவிட்டு நிற்காமல் சென்று விட்டார். எதிர்காலத்தை நினைக்க பயமாக இருந்தது. வேலை செய்த பணம் கைக்கு வந்து சேர்ந்தது. பழனியம்மாள் கொழுமம் கோயிலுக்குச் சென்றிருந்தது வசதியாய்ப் போனது. டவுனாஸ்பத்திரிக்குப் போக முடிவு செய்தாள். உடுமலைப்பேட்டை செல்லும் 32 யு பேருந்து வந்ததும் ஏறிக்கொண்டாள். “ டவுனு. ஒன்னு குடுங்க''. “ ஏம்மா. 12 ரூபா டிக்கெட்டுக்கு ஐநூறு ரூபா கொடுக்கற''. “ எங்கிட்ட சிலுவானம் இல்லீங்க''. “ ரெண்டு ரூபாயாவது கொடுமா'' கண்டக்டர் சலிப்புடன் கேட்டார். மடிப்பையில் தேடினாள். புகையிலை வாசம் படிந்து இரண்டு ரூபாய்க் காசு கிடைத்தது. ஒரு வழியாக உடுமலை வந்து சேர்ந்தாள்.

ஆஸ்பத்திரிக்குச் செல்லும் வழி அவளுக்குத் தெரிந்திருக்கவில்லை. சொந்த ஊரான பார்த்தசாரதிபுரத்திலிருந்து மருத்துவமனைக்கு மட்டும்

4 கி.மீ தொலைவில் உள்ள குமரலிங்கத்திற்கு தனியாகச் சென்றிருக்கிறாள். சேலை உள்ளிட்டவற்றை வாங்க உடுமலைப்பேட்டைக்கு துணையுடன் சில முறை சென்றிருக்கிறாள். துணைக்கு யாராவது கிடைக்கும் வரை பயணத்தை ஒத்திப் போடுவாள். தனக்குத் தெரிந்தவர்கள் செல்லும் வரை காத்திருப்பாள். அவர்களைக் கெஞ்சிக் கேட்டு கடைக்குக் கூட்டிச் செல்லச் சொல்லுவாள். அவர்களும் உதவுவார்கள். இப்போது தனியாக வந்திருக்கிறாள்.

“ ஏனுங்க. தர்மாஸ்பத்திரி எங்க இருக்குதுங்க”. சிகரெட் பிடித்துக் கொண்டு வாட்டசாட்டமாக நின்று கொண்டிருந்த ஒருவரிடம் கேட்டாள்.

“ இப்படியே. ஸ்டெய்டா போயி ரைட்ல கட் பண்ணி. லெப்ட்ல போங்க. நிறைய ஷாப்ஸ் இருக்கும். நெக்ஸட் நீங்க கேட்ட பிளேஸ் இருக்கு”. வேகமாகத் தலையாட்டினாள். ஆனால் அவளுக்கு அவர் சொன்னது புரியவில்லை. பேருந்து நிலையத்தில் பயணிகள் காத்திருக்கும் இடத்தில் காத்திருந்தாள். நரிக்குறவர் இனச் சிறுவர்கள் நாய்க்குட்டி ஒன்றைப் பிடித்து சித்திரவதை செய்துகொண்டிருந்தார்கள். பார்க்கப் பார்க்க பரிதாபமாக இருந்தது. அப்போது இரண்டு பெண்கள் தர்மாஸ்பத்திரியில் உறவினர் ஒருவரைப் பார்க்கப் போவது தெரிந்தது. சுதாரித்துக் கொண்டு அவர்களுடன் மருத்துவமனையைக் கண்டு பிடித்து விட்டாள்.

“ கொன்னி மக்கா! எவ்ள பெரிய ஆஸ்பத்திரி. இத்தன பேருக்குமா சீக்கு. நெறயப் பேரு இருக்கறாங்க” வாயைப் பிளந்தபடி சொல்லிக் கொண்டிருந்தாள். பிறகு மருத்துவரைப் பார்க்க நீண்ட வரிசையில் வெகு நேரம் காத்துக் கொண்டிருந்தாள். வரிசையில் நிற்கும் ஒவ்வொருவரும் ஒவ்வொரு வியாதியைப் பற்றியும் மற்றவர்களிடையே பேசிக் கொண்டிருந்தனர். சில வியாதிகளின் பெயர்கள் சரசுவுக்குப் புரியவில்லை. எப்படியோ நேரம் போய்க்கொண்டிருந்தது. பழனியம்மாள் வீட்டிற்கு வந்து தன்னைத் தேடினால் என்னவாகுமோ? பயத்தில் வயிறு கலங்கியது. ஒரு வழியாக மருத்துவரை நெருங்கி விட்டாள். “ உடம்புக்கு என்ன பிரச்சினை”. “வவுத்த வலிங்க”. “ எவ்வளவு நாளா இருக்குது”. “ போன ஆடி நோம்பிலயிருந்து இருக்குதுங்க”. மருத்துவர் கோபப்பட்டார். “ என்னமா அஜhக்ரதயா இருக்கீங்க”. சரசு தன்னுடைய சூழலைத் தெரிவித்துவிட்டு குமரலிங்கம் மருத்துவர் கொடுத்த மருந்துச்சீட்டு, மாத்திரைகளைக் காண்பித்தாள். பரிசோதனைகள் முடிந்தது.

" உங்க கூட யாரு வர்லீனு சொல்றீங்க. வேற வழியில்ல. உங்ககிட்டயே சொல்லிடுற. வயித்துல ஒரு கட்டியிருக்குது. சீக்கிரமா ஆப்ரேசன் பன்-னனும். நாள் கடத்தாதீங்க. சீக்கிரம் வந்து அட்மிட் ஆயிருங்க". சரசு-வுக்கு தலையில் இடி விழுந்தது போல் இருந்தது. " ஐயோ!" பெருங்கு-ரலெடுத்து அழுதாள். மருத்துவர் சமாதானப்படுத்தி அனுப்பி வைத்தார். பேருந்து நிலையம் வரும் வரை அழுதுகொண்டே வந்தாள். வழி-யில் போவோர், வருவோர் எல்லோரும் சரசுவை வேடிக்கை பார்த்துக் கொண்டே சென்றார்கள். " அடி! மாரியாத்தா எந்தலைல இடி விழுந்-திருச்சே. நா என்ன பண்ணுவ. உனக்கு வாசக்கூட்டி கோலமெல்லாம் போடுறனே." சொல்லியழுது கொண்டே வந்தாள். தன்னை எல்லோ-ரும் பார்ப்பது தெரியவே, அழுகையை அடக்கிக் கொண்டாள். பேருந்து நிலையம் வந்து சேர்ந்தாள். கிரக்கமாக இருந்தது. ஐந்து ரூபாய் கடை-யில் டீ வாங்கிக் குடித்தாள். சற்று தெளிவடைந்தாள். மனம் ரணமாக இருந்தது. அன்று சந்தைக்கு வந்தவர்களில் சிலர் சரசுவைப் பார்த்து ஆச்சர்யப்பட்டனர். வாய்த்துடுக்கான ராமாத்தாள் சரசுவிடம் பேச்சுக் கொடுத்தாள்.

" அடி! கொசுவா, நீயெங்கிடி இங்க". " ஆஸ்பத்திரிக்கு வந்த". " நீயெல்லாம் டவுனுக்கு வந்து வைத்தியம் பாக்குற. சரி சரி. என்ன நோவு". " வவுத்துல கட்டி வந்திருச்சாம். சீக்கிரம் செத்துப் போயிருவ" மனமுடைந்து அழுதாள். ராமாத்தாளுக்கு பரிதாபமாக இருந்தது. " பயப்படாத. சரி பண்ணிறலா" அமைதிப்படுத்தினாள். " சந்திராக்கா பையன் பெரியவங்கட்ட சொல்லி பாத்துக்கலாம். அவன் டவுனலதான இருக்கறா".ஏதோ யோசனையில் இருந்தாள் சரசு. " பொழுது சாஞ்சு போச்சு. நங்கயா திட்டுவா". " அவள நான் பாத்துக்கற. வா போலா" பேருந்தில் ஏறி வீடு வர வர பயந்து கொண்டே வந்தாள் சரசு.

வீட்டு வேலை செய்ய சரசுவைக் காணாமல் ஆத்திரத்திலிருந்தாள் பழனியம்மாள். பயந்துகொண்டே பம்மிப் பம்மி சரசு வருவது தெரிந்தது. தொலைவில் அவள் வந்து கொண்டிருப்பதைப் பார்த்ததும் ஆவேசமான பழனியம்மாள் சேலையைச் சுருட்டி இடுப்பில் சொருகிக்கொண்டு கொண்டை போட்டாள். வாயில் வெற்றிலையின் எச்சில் சொட்டிக் கொண்டிருந்தது. சரசு வீட்டை நெருங்கியதும் கோபம் வெளிப்பட்டது.

“ எங்கடி போயி ஊரு மேஞ்சுட்டு வர்ற. தட்டுவாணிச் சிறுக்கி” எனச் சொல்லி முடியை வளைத்துப் போட்டு முதுகில் கும்மினாள். “ அய்யோ! அம்மா” என்று கதறினாள் சரசு. அக்கம் பக்கத்திலிருப்பவர்கள் சிறிது நேரம் வேடிக்கை பார்த்துவிட்டு பழனியம்மாளை அடிக்க விடாமல் பிடித்துக் கொண்டனர். சந்திராவின் காதுக்கு மின்னல் வேகத்தில் செய்தி போய்ச் சேர்ந்தது. பதறியபடியே ஓடிவந்தாள். தலைவிரி கோலமாக மேல்மூச்சு கீழ்மூச்சு வாங்கிய நிலையில் சுயநினைவின்றி வாசலில் துவண்டு கிடந்தாள் சரசு.

சந்திராவுக்கு மனம் பதறியது. “ அடியே! மீனுவாச்சி. எதுக்குடி அடிச்ச. அவ சொத்த தின்னுகிட்டு, வேல வாங்கிகிட்டு அடிக்கிறியா. பொளந்து போடுவன்டி”. வாயில் வசைமாரி அடைமழையை விட வேகமாகக் கொட்டிக் கொண்டிருந்தது. “ எங்கே பொளடி பாக்கலாம். உந்தொங்கச்சி ஊர் மேஞ்சுட்டு வந்தா. கட்டிப்பிடிச்சு முத்தமா கொடுப்பாங்க”. “ நீதாண்டி மோசமாத் திரியற. ஊரே காறிக்காறி துப்புது...” சண்டையை வேடிக்கை பார்க்க ஊரே திரண்டிருந்தது. தொலைக்காட்சித் தொடரில் மூழ்கியிருந்தவர்களும் இக்காட்சியைப் பாhக்க அதை விட்டுவிட்டு வந்திருந்தார்கள். நன்றாகவே ரசித்துக் கொண்டிருந்தார்கள். மூத்த பெண்களில் சிலர் சமாதானப்படுத்தினர். சண்டை முடிந்தது. தொலைக்காட்சி தொடரைப் பார்க்க ஓட்டம் பிடித்தார்கள். சரசுவைத் தெளியவைத்துத் தன் வீட்டுக் கூட்டி வந்தாள் சந்திரா.

சரசு தனக்கு ஏற்பட்ட வியாதியை அக்காவிடம் சொல்லியழுதாள். விசயம் கேள்விப்பட்டு சந்திராவின் மகன் சரசுவை மருத்துவமனைக்குக் கூட்டிச் சென்று வைத்தியம் பார்த்தான். வயிற்றிலிருந்த கட்டி நீக்கப்பட்டது. சில நாட்கள் அக்காவின் வீட்டில் ஓய்வெடுத்துக் கொண்டாள். பழனியம்மாள் கடனே எனப் பார்த்து விட்டுச் சென்றாள். சரசு அக்காவிற்கு நீண்ட நாள் சிரமம் கொடுக்க விரும்பவில்லை. “ அக்கா!. நா நங்கயா கட்டப் போற.”. “சரிடி ஏதாச்சும் லொள்ளு பண்ணுனா நா வர்ற” எனச் சொல்லி அனுப்பி வைத்தாள்.

பழனியம்மாள் வீட்டுக்குச்; செல்ல பயமாகத்தான் இருந்தது. வேறு வழியின்றி சென்றாள். சமையல் செய்து கொண்டிருந்தாள் பழனியம்மாள். சரசுவை அந்த வழியாகப் பாhத்ததும் பகல் நேரக் காட்சிக்கு கூட்டம் கூடியது. “ எதுக்குடி வந்த, அப்படியே போக வேண்டியது தான.

எல்லா என் தலச்சுழி வந்து தொல'' வீட்டு வேலை செய்து அலுத்துப் போனதால் இப்படிச் சொன்னாள். வேடிக்கை பார்க்க வந்தவர்களுக்கு சப்பென்றிருந்தது. கூட்டம் கலைந்து விட்டது.

சரசு காலையில் எழுந்து மாரியம்மன் கோயிலுக்குச் சென்றபோது குப்பை அதிகமாகக் கிடந்தது. " மாரியாத்தா. ஒனக்கு வாசக் கூட்ட ஒருத்தருமே இல்லை. என்னாலயும் முடியல. முடிஞ்ச வரைக்கும் செய்யற. சீக்கிரமா என்னைய கொண்டு போயிரு'' அழுது கொண்டே வாசல் கூட்டினாள். மூன்று மாதங்கள் சீராகப் போய்க் கொண்டிருந்தது. மறுபடியும் வயிற்று வலி ஆரம்பமாகியது. வயிறு புடைத்துக் கொண்டு வந்தது. நிறைமாத கர்ப்பிணி போல் வயிறு பெருத்திருந்தது. கோயமுத்தூர் மருத்துவமனைக்கு சென்றால் மட்டுமே உயிரைக் காப்பாற்ற முடியுமென டவுனாஸ்பத்திரியில் கூறப்பட்டது. ஒரு மாதமாவது மருத்துவமனையில் இருக்க வேண்டு;ம். யாரும் போவதற்குத் தயாராயில்லை. பழனியம்மாளின் வீட்டின் ஒரு பகுதியில் தரையோடு தரையாகக் கிடந்தாள் சரசு. வயிறு மட்டும் தரையில் இருக்கும் திட்டு போல் காட்சியளித்தது. யாராவது பாhத்து விட்டு வருவார்கள். வாயிலும், பிறப்புறுப்பிலும் ரத்தம் கசிவதாக ஊருக்குள் பேசிக் கொண்டார்கள். " அவ எல்லா இருந்து என்ன செய்யப் போறா. பேசாம போய்ச் சேர்றது நல்லது'' இப்படிப்பட்ட பேச்சுகள் எல்லா இடங்களிலும் பேசப்பட்டது. சரசுவின் பேச்சும் நின்று போனது. பால் மட்டும் எப்போதாவது ஒரு முறை இறங்கிக்கொண்டிருந்தது. பழனியம்மாளின் சின்னமகன் அத்தையின் மேல் பாசம் கொண்டவன். வேண்டிய பணிவிடைகளைச் செய்வான். சந்திராவும் வேலைக்குப் போய்விட்டு வந்ததும் இரவெல்லாம் தங்கையைப் பார்த்துக்கொள்வாள். பத்துநாளாக எமனுடன் போராடிக் கொண்டிருக்கிறாள். உறவுக்காரர்கள் வந்து பார்த்தால் கண்ணீர் மட்டும் அவளிடமிருந்து வெளிப்படும். மாரியாத்தா அவளின் வேண்டுதலை நிறைவேற்ற தயாராகிவிட்டாள்...

4

உயிர்

" கிளம்பியாச்சா. நேரமாச்சு. சீக்கிரமா கிளம்பு" அருணை அவசரப்படுத்தினான் ரகு. " நானெல்லாம் எப்பவோ தயாராகிட்ட, நீ நேரங்கடத்திட்டு என்னப் பேசறயா..." எனச் சொல்லிவிட்டு பெட்டி படுக்கைகளை வீட்டுத் திண்ணையில் கொண்டு வந்து வைத்தான் அருண். அம்மாவின் முகம் வாடித்தான் போயிருந்தது. இருந்தாலும் மகனின் முடிவுக்கு மறுத்துப்பேச முடியவில்லை. வண்டியில் எல்லாவற்றையும் ஏற்றிக் கொண்டிருந்தான் ரகு " அம்மா! போய்ட்:டு வரம்மா. உடம்ப கவனிச்சுக்க. என்னால அடிக்கொரு தடவ, உன்ன வந்து... ரகு உன்ன நல்லா பாத்துக்குவான்" கண்களில் கண்ணீர் வரத் தயாரானபோது சுதாரித்துக்கொண்டான். " சூதானமா போய்ட்டு வாப்பா!. இந்த அம்மாவை மறந்தராத சாமி. உங்கப்பா போனதுக்கப்புறம். எனக்குனு இருக்கறது நீ மட்டுந்தான்." சொல்லச் சொல்ல கண்ணீர் சேலையை நனைத்தது. அம்மாவைக் கட்டிப்பிடித்து ஆறுதல் சொல்லி விட்டு வண்டியில் ஏறினான்.

பொள்ளாச்சி புகைவண்டி நிலையத்தை அடைந்தனர். அருணின் மனம் அவன் வைத்திருந்த பெட்டிகளை விட கனமாக இருந்தது. மனதில் சிதம்பர ரகசியம் ஒன்று ஒளிந்துள்ளது. அது ரகுவிற்கும் தெரியும். " டேய், அருண். உம்மூஞ்சியே சரியில்லடா, அதையே நெனச்சு வருத்தப்படாத. உனக்குனு ஒரு எதிர்காலம் இருக்கு". " அட சாமி நா நல்லாத்தா இருக்க. வசனமெல்லாம் பேசாத. அம்மாவை நல்லபடியா

பாத்துக்க'' இரண்டு துளி கண்ணீர் வெளிப்பட்டு விட்டது. "நீ கவலப்படாத. எங்கம்மாவைப் பாத்துக்கறத விட பக்குவமா பாத்துக்கற. சத்தியம் பண்ணட்டா…'' " இல்ல, அதுவந்து..'' . " போடா போடா உன்னவிட நல்லாவே பாத்துக்குவ'' ரகு சொன்னபோது அருண் அப்படியே கட்டிப்பிடித்துக் கொண்டான்.

" எல்லாம் சரியாயிருக்குதானு பாத்துக்க. மறந்துறாத. அசந்து தூங்கிறாத. நாட்டுக்குள்ள திருட்டுப்பசங்க அதிகம்…'' " உன்னைய விட பெரிய திருடன் இருக்கானா!'' அருண் சொல்லிச் சிரித்தான். " நீ உத்தமனா இருடா. நா திருடனாவே இருந்துட்டுப் போற. பச்சக்கொடி காட்டியாச்சு. பத்திரம்'' என வழியனுப்பிவிட்டு சென்றுவிட்டான். புகைவண்டி படிப்படியாக வேகத்தை அதிகரித்து முன்னோக்கிச் சென்று கொண்டிருந்தது. அருண் கண்களை மூடினான். மனம் கடந்த காலத்தைத் திரும்பிப் பார்த்துக் கொண்டிருந்தது. நினைக்க வேண்டாம் என்று நினைத்தாலும் முடியவில்லை.

அருண் நன்றாகப் படித்தவன். கோவையில் ஒரு தனியார் நிறுவனத்தில் நல்ல சம்பளத்தில் வேலையில் இருந்தான். அங்கு ஒரு வருடம் கழித்து ஒருத்தி வந்தாள். அவளே அருணின் வாழ்க்கையைத் திருப்பிப் போட்டவள். சிதம்பரத்திலிருந்து மித்ரா வந்தபோது, ஆச்சரியமாக இருந்தது. அவளும் நன்றாகப் படித்தவள். புதிய இடம் என்பதால் சற்று பயத்துடன் காணப்பட்டாள். நிறையப் படித்தவளாக இருந்தாலும் அவளிடம் எந்த மாற்றமும் இல்லை .சேலையைத் தவிர அவள் வேறெதுவும் அணிந்து வந்ததில்லை. அலுவலகத்தில் பணிபுரியும் மற்ற பெண்களைப் போல் அழகுநிலையம் செல்வதோ, ஆடம்பரமான உடைகள் அணிவதோ அவளிடத்தில் கிடையாது. தன் வேலையைச் சரியாக முடித்துவிடுவாள். அருணுக்கு அவளுடைய குணம் பிடித்துப் போனது. தனக்கு மனைவியாக வந்தால் நன்றாக இருக்கும் என மனம் தூண்டியது. அவளும் விரும்பினாள். வெளியே சொன்னதில்லை. திடீரென விழிப்பு வரவே நிகழ்காலத்திற்கு வந்தான்.

குழந்தை ஒன்று அருணுக்கு எதிர் இருக்கையில் தன் தாயின் மடியிலிருந்து சிரித்துக்கொண்டிருந்தது. பதிலுக்கு அருணும் சிரித்தான். சிறிது நேரத்தில் மறுபடியும் பழைய உலகிற்குச் சென்றான். மூன்று வருடங்களில் ஐந்தாறு நாட்கள் மட்டுமே விடுப்பெடுத்திருந்தான். பணி-

யின் மீது இருந்த பக்தி என்பதைவிட மித்ராவின் மேல் இருந்த அன்பு எனச் சொல்லிவிடலாம். ஒருமுறை தயங்கித் தயங்கி தன் காதலை வெளியிட்ட போது அவள் முகம் கலவரமடைந்தது. அவள் வாய் திறக்கவில்லை. மௌனமாக இருந்தாள். அதை சம்மதமாக எடுத்துக் கொண்டான். அதன்பின்னர் ஒன்றிரண்டு நாட்கள் அவள் பேசவில்லை. இச்சமயத்தில் அருணின் தாத்தா இறந்துவிட்டார். விடுப்பிலிருந்தான்.. இதைத் தெரிந்து கொண்ட மித்ரா, தனக்கு திருமணமாகப் போகிறது எனச்சொல்லி பணியிலிருந்து விலகி சிதம்பரம் சென்றுவிட்டாள்.

அருணின் மனம் உடைந்து போனது. மித்ராவைப் பார்த்துவிடவேண்டும் எனத் துடித்தான். இன்னும் ஐந்து நாட்களில் அவள் பிறந்தநாள் வரப்போகிறது. பிறந்தநாளன்று நாள் முழுவதும் நடராசர் கோயிலில் இருப்பேன் என ஒருமுறை அவள் சொன்னது நினைவுக்கு வந்தது. அவள் பிறந்தநாளுக்குப் பரிசு வாங்கிக்கொண்டு அன்றிரவே சிதம்பரம் பறப்பட்டான். அங்கிருந்த நண்பர்களிடம் விசாரித்ததில் அவளுக்குத் திருமணம் நிச்சயிக்கப்படவில்லை எனத் தெரிந்தது. நிம்மதிப்பெருமூச்சு விட்டான். நண்பனின் அறையில் தங்கியிருந்தான். பிறந்தநாளன்று காலையில் கோயில் நடை திறக்கும் முன்பே சென்றுவிட்டான். காலை 9 மணியளவில் கோயிலுக்கு வந்தாள். அவள் முகம் வாடிப்போயிருந்தது. எல்லாக் கடவுள்களையும் வணங்கினாள். அவளையறியாமல் அருண் பின்தொடர்ந்து பார்த்துக் கொண்டிருந்தான். மண்டபத்தின் ஓரிடத்தில் வந்தமர்ந்தாள்.

“ இனிய பிறந்தநாள் வாழ்த்துகள் மித்ரா.” அதிர்ச்சியடைந்தாள். “ நீங்க, இங்க, எப்படி” பதற்றமானாள். “ உங்களப் பாக்கத்தா வந்த. என்ன சொல்லிக்காம வந்துட்டீங்க”. அவள் பதில் பேசவில்லை. நச்சரித்தான். “ அதுவந்து எனக்குக் கல்யாணம்...” என இழுத்தாள். “ எங்கப்பாவுக்குத் தெரிஞ்சா என்ன வெட்டி வீசிருவாரு” அருணால் பேசமுடியவில்லை. “ நா உயிரோடு இருக்கனும்னு நெனச்சீங்கனா! போயிருங்க”. வாங்கி வந்திருந்த பரிசினை அவள் கைகளில் திணித்துவிட்டு வேகமாக வந்துவிட்டான். வேலையில் கவனம் செலுத்தமுடியவில்லை. பணியிலிருந்து விலகினான். சில நாட்கள் தன் காட்டில் விவசாய வேலைகளைப் பார்த்துக் கொண்டிருந்தான். பின்னர் பொள்ளாச்சியில் ஓரிடத்தில் வேலை பார்த்தான். மித்ராவை மட்டும் அவனால் மறக்-

கமுடியவில்லை. ஆறுமாதங்கள் கழித்து நண்பனொருவன் அவளுக்குத் திருமணமாகிவிட்ட தகவலைத் தெரிவித்து, புகைப்படம் அனுப்பியிருந்தான். வாழ்க்கையே முடிந்துவிட்டதாக நினைத்தான். அதிலிருந்து மீண்டு வர இரண்டு வருடங்கள் ஆனது. இருந்தாலும் வேறொரு பெண்ணை மணக்க அவன் மனம் விரும்பவில்லை. திருமணம் செய்யச்சொல்லி அம்மா வற்புறுத்திய நேரத்தில் என்ன செய்வதென்று புரியாமல் இருந்தான். அந்த நேரத்தில் இராணுவத்தில் சேர்வதற்கான தேர்வு வந்தது. அதில் தேர்ச்சி பெற்றான். திருமணத்தைத் தள்ளிப்போட வாய்ப்புக்கிடைத்தது. இப்போது பணியில் சேர சென்றுகொண்டிருக்கிறான்.

பலமணி நேர பயணக்களைப்பில் தூங்கிப்போனான். சென்னைக்கு வந்து சேர்ந்தான். அங்கிருந்து காஷ்மீர் சென்றான். மனம் படிப்படியாக மாறத்தொடங்கியது. எதிரிகளுடன் போராடும் சூழல். நாட்டுக்காக உயிரை விட்டவர்களின் குடும்பத்தின் நிலை. இதையெல்லாம் பார்த்தபோது தான் அனுபவித்த துயரம் ஒன்றுமேயில்லை எனப் புரிந்தது. அங்குதான் மேஜர் சிதம்பரம் அறிமுகமானார். அவரின் பெயர் அவனுக்கு மிகவும் பிடித்துப் போனது. ஓய்வு நேரங்களில் கார்கில் போரில் எதிரிகளிடம் சண்டையிட்டது இதைப்பற்றியெல்லாம் அருணிடம் சொல்வார். “ அருண். நீங்க இராணுவத்துக்குப் பிடிச்சுத்தான் வந்தீங்களா?” இந்தக். கேள்வியை எதிர்பாhக்;;கவில்லை. பொய் சொல்லவும் மனம் வரவில்லை. தனது வாழ்க்கையைப் பற்றிச் சொன்னான். இப்போது இராணுவத்தைப் பிடித்துவிட்டது எனச்சொல்ல சிதம்பரம் அவனைக்கட்டித் தழுவினார். “ நீங்க. நல்லா வருவீங்க. உங்க காதலை எங்கிட்ட வெளிப்படயா சொன்னீங்க. அது பெரிய விசயம். வாழ்க்கையை வெறுத்து இராணுவத்துக்கு வரக்கூடாது. எல்லாரும் வாழனுங்கறதுக்காகத்தான் வரனும்” எனச் சொல்லியபோது, அருணுக்குள் மந்திரமாக அது பதிந்தது.

தொலைபேசி மூலமாக அம்மாவிடமும் ரகுவிடமும் ஓய்வு நேரங்களில் பேசுவான். அம்மாவுக்கு கல்யாணம் பற்றிய பேச்சைத் தவிர எதுவுமில்லை. சிந்தித்துப் பார்த்தபோது அம்மாவின் மனம் சரியெனவே பட்டது. இப்போது அருண் புதியதொரு வாழ்க்கையை வாழ்ந்து கொண்டிருக்கிறான். நாட்டுப்பற்றுடைய ஒரு இராணுவ வீரரின் பெண்ணை மணம் செய்து கொள்ள நினைத்திருந்தான். ஒருநாள் மேஜரிடம் தெரி-

வித்தான். “ மகிழ்ச்சி அருண். நீங்க திருமணம் பண்ணிக்க தயாராகிட்டீங்க. அதே சமயம் நாட்டுக்காக உழைத்த இராணுவ வீரரோட வீட்டிலயிருந்து பெண் எடுக்கனும்னு சொன்னது திருப்தியா இருக்கு. உங்க இனத்துல யாருனு யோசிக்கிற” என்றார். “ இராணுவ வீரர் வீட்டுப் பொண்ணு என்பதைத் தவிர இனம், மதம் இந்தப் பாகுபாடெல்லாம் வேண்டாம்” என அருண் சொன்னபோது, மேஜர் மகிழ்ச்சியின் உச்சத்துக்கே சென்றார். ஒரு விடுமுறையில் பெண் தேடும் படலம் தொடங்கியது. கார்கில் போரில் கால்களை இழந்த இராணுவ வீரரின் மகள் கல்பனாவை தேர்ந்தெடுத்தான். அவளிடம் மித்ராவின் சாயல் இருந்தது. அப்பெண்ணிடம் தன் கடந்தகால காதல் வாழ்க்கையைச் சொன்னான். அப்பெண் அதைத் தவறாக எடுத்துக்கொள்ளவில்லை. ஒரு நல்ல நாளில் பெற்றோர், உறவினர்கள், நண்பர்கள் முன்னிலையில் பதிவுத்திருமணம் நடைபெற்றது.

கல்பனா அருணின் தாயாரோடு பொள்ளாச்சியில் வசிக்கிறாள். நீண்டகாலம் ஆகியிருந்தாலும் ஒரு நல்ல பெண் மருமகளாக வந்ததில் சந்தோசமடைந்தார். ஆறுமாத விடுமுறையில் அருண் வந்து செல்லும்போது கல்பனா கருவுற்றிருந்தாள். ஆனந்தம் வாழ்க்கையில் கரைபுரண்டோடியது. கல்பனாவுக்கு கணவன் அருகில் இருந்தால் நன்றாக இருக்கும் எனத் தோன்றும்போதெல்லாம் தன்னனையே கண்டித்துக்கொள்வாள். கண்ணாடி முன்பு நின்று கொண்டு “ உனக்கு அறிவிருக்கா?. நாட்டுக்காக உழைக்கறவர் வீட்டுக்கு வரனும்னு நினைக்கிறது தப்பு” எனச் சொல்லி தலையில் அடித்துக்கொள்வாள். நாட்டுக்கு உழைக்க இன்னொரு இராணுவ வீரன் பிறந்துவிட்டான். அருண் எல்லையில்லா மகிழ்ச்சியை தொலைபேசி மூலமாக அடைந்தான். விடுமுiறையில் சென்று மகனைப் பார்க்கவேண்டும் எனத் தோன்றிக்கொண்டேயிருந்தது. பணியில்லாத நேரத்தில் மகனைப்பற்றியும் அம்மாவைப் பற்றியும் கல்பனாவிடம் கேட்டுத் தெரிந்துகொள்வான். அம்மாவுடனும் பேசுவான். ரகு தனக்கென குடும்பம் இருந்தாலும் அருணின் குடும்பத்திற்கும் வேண்டிய உதவிகளைச் செய்து கொண்டிருந்தான். அருண் இருந்த பகுதியில் புல்வாமா தாக்குதல் நடைபெற்றது. அவனுடன் இருந்த வீரர்களில் நால்வர் பலியாகினர். காலில் பட்ட அடியோடு இவன் மட்டும் பிழைத்துவிட்டான். இதுவரை பிள்ளையைப் பார்க்கமு-

டியவில்லையே என்ற வேதனை பிய்த்துத் தின்றது. இறப்பிற்கு பயப்-படவில்லையென்றாலும் பிள்ளையைப் பார்க்கவேண்டுமென்ற எண்ணம் மட்டும் ஆழ்மனதில் பதிந்திருந்தது. கல்பனாவிற்கு தாக்குதல் நடை-பெற்ற நாளிலிருந்து நிம்மதியான தூக்கமில்லை. தனக்கு கணவன் என்-பதைவிட பிள்ளைக்குத் தந்தை வேண்டுமென நினைத்தாள். அவள் மனதில் முன்பிருந்த உறுதி மாறிவிட்டது

குழந்தைக்கு ஆறுமாதங்கள் ஆகியிருந்தது. இரண்டுமாத மருத்துவ விடுப்பில் அருண் வீட்டிற்கு வந்தான். வீடு திறந்து கிடந்தது. தண்ணீர் எடுத்துக்கொண்டு வீட்டிற்குள் வந்த கல்பனா, குடத்தைப் போட்டுவிட்டு கணவனைக் கட்டிக்கொண்டாள். அவளுக்குப் பேச்சு வரவில்லை. காலில் பட்ட குண்டடிக் காயம் அவளுக்கு இரணமாக இருந்தது. “கல்-பனா. ஒன்னுமில்லை. இராணுவ வீரரோட மகளாப் பிறந்து, ராணுவ வீரனுக்கு மனைவியா இருக்கற நீ இதுக்கெல்லாம் அழலாமா?” சமா-தானப்படுத்தினான். “குழந்தையும் அம்மாவும் எங்க”. “ உங்க பையன் ரொம்ப சேட்டை பண்றா. பக்கத்தில வேடிக்கை காட்ட அத்தை கூட்டிப் போயிருக்காங்க”. “ நம்ம பையன் யாரு மாதிரி இருக்கான்”. “உங்கள மாதிரிதான்” வெட்கத்தில் சிரித்தாள். கோயிலுக்கருகில் வேடிக்கை காட்-டிக்கொண்டிருந்த அம்மாவுக்கு பக்கத்து வீட்டுக்காரப் பெண்ணொருத்தி அருண் வந்திருப்பதைத் தெரிவித்தாள். குழந்தையைத் தூக்கிக் கொண்டு ஓடோடி வந்தாள். ரகுவும் அந்நேரத்திற்கு அங்கு வந்திருந்தான். “ அருணு, நல்லாயிருக்கியா சாமி. உனக்கு அடிபட்டுச்சுனு கேட்டதில-யிருந்து எனக்கு நிம்மதியில்லை” கட்டிப்பிடித்துக்கொண்டு அழுதாள். அம்மாவைச் சமாதானப்படுத்தினான். ரகுவும் தன் பங்குக்கு உணர்ச்சி வசப்பட்டான். அருண் ரகுவிடம் பேசினான். பிள்ளை திருதிருவென விழித்தது. அருண் தூக்கிவைத்துக் கொண்டு முத்தமழை பொழிந்தான். குழந்தை சிரித்தது.

வாழ்க்கையின் சுவை அருணுக்குள் ஊற ஆரம்பித்தது. இரண்டு மாதம் கழிந்தது. கல்பனாவிற்கோ, அம்மாவிற்கோ மீண்டும் அருணை அனுப்ப விருப்பமில்லை. அதை மறைமுகமாகக் கல்பனாவும், நேரடியாக அம்மாவும் தெரிவித்தனர். இம்மாதிரியான நேரங்களில் அவன் பேசு-வதில்லை. தன்னிடம் சொல்லிச் செல்ல வரும்போது மறுத்துவிடலாம் என்ற நினைப்பில் கல்பனா இருந்தாள். அவளிடம் மீண்டும் இராணு-

வத்திற்குப் போகிறேன் என்றால் ஒத்துக்கொள்ள மாட்டாள.; அதனால் போகும்போது அவளிடத்தில் சொல்லக்கூடாதென அருணும் இருந்தான். நினைத்தபடியே ஒரு நாள் கிளம்பிவிட்டான். கல்பனா துடித்தாள். மீண்டும் அருண் வரப்போகும் நாளை எண்ணிக் காத்துக்கொண்டிருக்கிறாள்...

“ செல்வா ரல்லரென் றியானிகழ்ந் தனனே
ஒல்வா ளல்லளென் றவரிகழ்ந் தனரே
ஆயிடை, இருபே ராண்மை செய்த பூசல்
நல்லராக் கதுவி யாங்கென்
அல்லனெஞ்ச மலமலக் குறுமே” (குறுந்தொகை- 43)

5

மறுபிறவி

" எல்லாரும் நல்லாயிருக்கனும் " கடவுளை வேண்டிக்கொண்டே படுக்கையை விட்டு எழுந்தாள் சின்னம்மாள். பல்துலக்கி, முகம் கழுவி, வாசலைத் தெளித்துவிட்டு வழக்கமான சமையல் வேலையைத் தொடங்கினாள். கணவன் முத்துவும் நல்லகுணம் கொண்டவன். .தாய்மாமன் வீட்டுச் சொந்தம் விட்டுப் போகக் கூடாது என்பதற்காக தன் அம்மாவின் பேச்சையும் மீறி மாமன் மகன் முத்துவைக் கட்டிக்கொண்டாள். அன்றோடு அம்மா வீட்டோடு இருந்த உறவு அறுந்து போனது. முத்துவை ஊருக்குள் 'சிங்காரி' என்றுதான் அழைப்பார்கள். வாட்ட சாட்டமாக இருப்பான். கருப்பாக இருந்தாலும் எடுப்பாக இருப்பான். திருமணமாகி பதினைந்தாண்டுகள் குடும்பம் நல்லவிதமாகச் சென்று கொண்டிருந்தது. இரண்டு பெண் குழந்தைகள். பெரியவள் ஏழாம் வகுப்பு, சின்னவள் ஐந்தாம் வகுப்பு. வீட்டில் வறுமை இல்லையென்றாலும் பெரிதாக சேமிப்பு இல்லை. எதிர்காலத்தை எப்படிச் சமாளிப்பது என்ற கவலை சின்னம்மாளுக்கு இருந்து கொண்டே இருந்தது. தன் கணவனிடம் அடிக்கடி இதைப் பற்றிப் பேசிக் கொண்டே இருப்பாள். " ஏண்டி, நாம ரெண்டு பொட்டப் புள்ளைகள வெச்சிருக்கம். நாளக்கி நல்ல எடமா பாத்துக் கட்டிக் கொடுக்கணும். அதனால தங்கல் வேலைக்குப் போகலாமுனு நெனக்கிறன். என்னோட சின்ன வயசுல ஒன்னாத் திரிவானே பாலு அவன் வெளியூர்ல இருக்கறான். நேத்து நம்ம ஊருக்கு வந்தான். இங்க கெடக்கிறதை விட அதிகமா சம்பாதிக்கலாம் வர்றயானு கேட்டான்.

போகட்டுமா? எனக் கேட்டான். கணவனைப் பிரிவதில் உடன்பாடில்லை. இருந்தாலும் எதிர்காலக்கடமைகள் அவளைப் பிய்த்துத் தின்றது.

" சரிங்க. பத்தரமாப் போய்ட்டு வாங்க. நம்ம சொந்தக்காரங்க முன்னாடி நல்லாப் பொழச்சுக் காமிக்கனும். புள்ளைகளை நல்ல எடமா பாத்துக் கட்டிக் கொடுக்கனும.; வக்கத்த நாய்னு சொல்ற எங்கம்மாவோட வாய அடக்கனும்" வைராக்கியத்தோடு சொன்னாள். வீட்டுச் செலவுக்குப் பணம் கொடுத்துவிட்டு நகரத்தை நோக்கிப் புறப்பட்டான். கணவனின் பிரிவு சின்னம்மாளை வருத்தியது. இருந்தாலும் தன்னைத் தானே தேற்றிக் கொண்டாள். தினமும் பிள்ளைகளை பள்ளிக்கு அனுப்பி விட்டு நூறுநாள் வேலைக்குச் சென்று விடுவாள்.

சின்னம்மாவின் அம்மா கருப்பாயி, ஒரு நாள்; வேலைக்குச் சென்று கொண்டிருந்த போது பக்கத்துவீட்டு பாப்பாத்தியிடம்; சாடை பேசிக் கொண்டிருந்தாள். :" அடியே! பாப்பாத்தி. ஒசற ஒசற பறந்துச்சுனுலாம் கோழி பருந்தாகாதுடி•••" என்றாள். இவளும் சும்மாயிருக்கவில்லை. "பாப்பாத்தியக்கா.! வாயிருக்குதுனு எது வேணும்னாலும் பேசக் கூடாது." என்று சொல்லி விட்டு நடையைக் கட்டினாள். அம்மாவின் வார்த்தைகள் நெருப்பாய்ச் சுட்டது. மாதம் ஒருமுறை; முத்து வீட்டுக்குத் தேவையான பொருட்கள். குழந்தைகளுக்குத் தீனிகள் வாங்கிக் கொண்டு வீட்டுக்கு வருவான். சுமை தூக்கும் வேலை செய்வதால் இளைத்துப் போயிருந்தான். சின்னம்மாவிற்கு பரிதாபமாக இருந்தது.

நான்கைந்து மாதங்கள் நல்லபடியாக வருமானம் வந்துகொண்டிருந்தது. வீட்டிற்குத் தேவையான சாமான்கள் உட்பட ஓரளவிற்கு வசதியான வாழ்க்கை ஏற்பட்டது. தீபாவளிப்பண்டிகை நெருங்கிக் கொண்டிருந்தது. வேலை பார்க்கும் இடத்தில் முத்துவுக்கு சம்பளத்துடன் சேர்த்து பத்தாயிரம் ரூபாய் போனஸ் கிடைந்தது. நண்பர்களோடு சேர்ந்து நகரத்திலேயே மனைவி, பிள்ளைகளுக்கு புதுத்துணிகள் வாங்கி வந்தான். " டேய்! முத்து நம்ம எல்லாம் இன்னிக்கு ஜாலியா இருக்கலாம். குடும்பத்துக்காக மாடா உழைக்கறம். நீ எங்கள மாதிரி கெடையாது. அதுக்கும் மேலயே உழக்கிற. இன்னிக்கு ஒரு நாளாவது எங்க கூட சேந்து சரக்கடி" என்றான் ரவி. " அடப்போங்கடா! என்னால முடியாது" சொல்லியபடியே அந்த இடத்தை விட்டுக் கிளம்பப் பார்த்தான். " நீ என்னடா ஆம்பள! இன்னிக்கி ஒரு நாளக்கி; குடிச்சா கொறஞ்சுற மாட்ட.

லைட்டாக் குடிச்சுப் பாரு சொர்கம்னு சொல்லுவாங்களே அது கண்ணு முன்னாடி தெரியும். இந்தக் காலத்துல பொட்டுப் பொடுசுக எல்லாம் குடிக்குது''. உசுப்பிவிட்டான் பாண்டி. மறுத்தான்; நீண்ட நேரம் வற்புறுத்தல்கள் தொடர்ந்தன. வேண்டா வெறுப்பாய் '' இன்னிக்கு மட்டும் தான்...'' எனச் சொல்லி அரை கிளாஸ் மதுவைக் கையில் வாங்கினான் கை நடுங்க ஆரம்பித்தது. மதுவின் நெடி குடலைப் பிடுங்கியது. '' என்னடா! ஓமட்டுதா. சும்மா கண்ண மூடிட்டு கல்ப் அடி'' வழிகாட்டினான் செந்தில். குடிக்க ஆரம்பித்தான்; குடி முழுக ஆரம்பித்தது.

முத்துவுக்கு உலகமே சுற்ற ஆரம்பித்தது. தலைசுற்றல், வாந்தி ஏற்பட்டது. '' என்னடா! இத்துனுண்டு குடிச்சுட்டு இப்படிப் பண்ற.. கோட்டர் சைஸ் இல்லாத பசங்க கூட., ஃபுல் அடிக்கிறானுங்க. அவ்வளவு ஏன் பொம்பளப்புள்ளைக கூட குடிக்குது'' நண்பர்கள் சொல்லிச் சிரித்தனர். முத்து கேட்கும் நிலையில் இல்லை. மயக்க நிலையில் இருந்தான். மறுநாள் ஒரு மணிக்கு முத்துவுக்கு விடிந்தது. நண்பர்கள் சொல்லிக் கொள்ளாமல் ஊருக்குச் சென்று விட்டனர். நேரமாகிவிட்டதால் துணியை மட்டும் மாற்றிக் கொண்டு. வாங்கி வந்த துணிமணிகளை எடுத்துக் கொண்டு பேருந்து நிலையத்துக்கு வந்து காத்துக் கொண்டிருந்தான். நேற்றைய பொழுதை நினைக்க மனது வலித்தது. இனி குடிக்கக்கூடாது என்ற தீர்மானத்துக்கு வந்தவனாய் பேருந்தில் ஏறினான். ஒரு வழியாக இரவு எட்டு மணிக்கு வீடு வந்துசேர்ந்தான். பிள்ளைகளும் சின்னம்மாவும் வழிமேல் விழி வைத்துப் பார்த்துக்கொண்டிருந்தனர். '' அப்பா! வந்துட்டாரு.'' இளையவள் ஓடிப்போய் கட்டிக்கொண்டாள். பெரியவள் துணிமணிகளை வாங்கிக்கொண்டு ஓடினாள். சின்னவளும் பின்னாடியே ஓடினாள். '' எனக்குப் புடிச்ச பச்சக்கலர். அழகா இருக்குது''. என்றாள் பெரியவள். '' இங்க பாருடி! செவப்புக்கலரு. உன்னோட துணிய விட ரொம்ப அழகா இருக்குது'' சின்னவள் சொல்லி மகிழ்ந்தாள்.

சின்னம்மாள் கணவனைப் பார்த்துக் கொண்டே நின்றாள். '' என்னடி! அப்படிப் பாக்குற. ரொம்ப எளச்சுட்டனு பாக்குறியா?.'' சிரித்தான் முத்து. பிள்ளைகள் என்ன செய்கிறார்கள் எனப்பார்த்தாள். பின்னர் ஓடிவந்து கட்டிக்கொண்டாள். மதுவின் வாடை வீசியது. அப்படியே

நிலைகுலைந்து கைகளை எடுத்துக் கொண்டாள். “ அடப்பாவி! மனுசா. குடிச்சிட்டு வந்தியா? எத்தன நாளாக் குடிக்கற. குடி முழுகிப் போச்சே. நாசமாப் போனவனே. உருப்படுவியா?”. ஓப்பாரி வைத்தாள். முத்துவுக்கு அவமானமும் ஆத்திரமும் சேர்ந்து கொண்டது. கன்னத்தில் ஓங்கி அறைந்தான். அப்படியே சிலையாகிப் போனாள்.

“ இப்ப என்ன ஆயிருச்சுனு இப்பிடி கத்தற! உனக்கு உழச்சு கொட்றது மட்டுந்தான் எனக்கு வேலையா?. ஒரு நாள் கூட நா சந்தோசமா இருக்கக் கூடாதா?” முத்துவிடம் பேச முடியாமல் வாயடைத்துப் போனாள். ஏல்லோருடைய வீட்டிலும் பட்டாசு வெடித்துக் கொண்டிருந்தார்கள். முத்துவும் பிள்ளைகளோடு பட்டாசு வெடித்து மகிழ்ச்சியாக இருந்தான். சின்னம்மாவின் மனசு வேதனையால் வெடித்துக் கொண்டிருந்தது. பண்டிகை முடிந்தது. சம்பிரதாயத்துக்கு “ கொழந்திகள பத்தரமா பாத்துக்க. போய்ட்டு வர்றன்” சொல்லி விட்டுச் சென்றான். அவனுக்கும் மனசு வலித்தது. வெளிக்காட்டவில்லை.

மனைவியிடம் சரிவரப் பேசாமல் வந்தது, என்னவோபோல் இருந்தது. கவலையை மறக்க மாமருந்து குடி என நண்பர்களால் போதிக்கப்பட்டது. இரவு மட்டும் குடிப்பான். பின்னர் முழுநேரக் குடிகாரனாக மாறிப்போனான். மாதம் ஒரு முறை வீட்டிற்குக் கூட வருவதில்லை. பயந்து போன சின்னம்மா பி;ள்ளைகளைக் கூட்டிக்கொண்டு நகரத்துக்கு வந்து சேர்ந்தாள். கணவனின் நிலைமையைப் பார்த்து அதிர்ச்சியடைந்தாள். குடிகாரனாகியிருந்தவனுக்கு போதையில் மனைவி பிள்ளைகளை அடையாளம் தெரியவில்லை. உடலில் அடிபட்டு சாலையோரத்தில் பிதற்றிக்கொண்டிருந்தான். நன்றாக இருட்டிவிட்டது. தெரியாத ஊரில் யாரிடம் உதவி கேட்பது தலைமேல் கைவைத்துக் கொண்டு அழுது கொண்டிருந்தாள். வழியில் சென்று கொண்டிருந்தவர்களிடம் உதவி கேட்டாள். யாரும் உதவத் தயாராயில்லை. பிள்ளைகள் பசியால் துடித்துக் கொண்டிருந்தனர். இரவுப் பணியிலிருந்த காவல்துறை ஆய்வாளர் மணிமாறன் அந்த வழியாக வந்தார். போலீஸைக் கண்டதும் பயந்து நடுங்கினாள். “ ஏம்மா என்னாச்சு? இந்த நேரத்தில் ரெண்டு கொழந்தைகளை வெச்சுகிட்டு?” பதில் இல்லை . “ பயப்படாதம்மா. போலீசு உங்களுக்கு உதவறதுக்குத்தான் இருக்கோம். தப்பு செய்றவங்கதான் எங்களப்பாத்து பயப்படனும். தேவையான உதவி செய்றன். பயப்பட வேண்-

டாம்.'' ஆறுதலான பேச்சால் பயம் விலகத் தொடங்கியது. நடந்ததை விளக்கமாகச் சொன்னாள். மருத்துவமனையில் முத்துவை சேர்த்துவிட்டு, சின்னம்மாவும் பிள்ளைகளும் சாப்பிட உணவு வாங்கிக் கொடுத்தார். வாங்க மறுத்தாள். " சாப்பிடுங்கம்மா. நாங்க வேத்து மனுசங்க கெட-யாது.'' ஆய்வாளரின் அன்புக்குக் கட்டுப்பட்டு வாங்கிக் கொண்டாள். பிள்ளைகள் சாப்பிட்டனர். அவளும் ஏதோ சாப்பிட்டாள். மருத்துவ-மனையில் தேவையான ஏற்பாடுகளைச் செய்து கொடுத்துவிட்டு, காலை-யில் வந்து பார்ப்பதாகச் சொல்லி;ச் சென்று விட்டார். முதலுதவிகள் செய்யப்பட்டன.

மறுநாள் காலையில் சுயநினைவை அடைந்தான். சின்னம்மா அழுது கொண்டிருந்தாள். அவன் படுத்திருந்த அறையின் மூலையில் பிள்ளை-கள் உறங்கிக் கொண்டிருந்தனர். " சின்னம்மா எப்ப வந்த?''.அதிர்ச்-சியோடு கேட்டான். நடந்ததையெல்லாம் ஒன்று விடாமல் அழுது கொண்டே சொன்னாள். கேட்டதும் முத்துவுக்குத் தூக்கி வாரிப்போட்டது. இனிமேல் குடிக்கப்போவதில்லை எனச் சொல்லி அழுதான். இதுவரை கணவன் அழுது அவள் பார்த்தில்லை ஆறுதல் சொன்னாள். பணியை முடித்துவிட்டு வீட்டுக்குச் செல்லாமல் இரவில் உதவிய ஆய்வாளர் மருத்துமனைக்கு வந்து பார்த்தார். முத்து எழுந்து நின்று நன்றி சொல்ல முயற்சித்தான் முடியவில்லை. " பரவாயில்லை முத்து. நீங்க எழுந்தி-ருக்க வேணாம். படுங்க…''. " ஐயா, என்ன மன்னிச்சிருங்க'' அழு-தான். " மன்னிப்பை எங்கிட்ட கேட்காதீங்க. உங்க மனைவி கிட்ட கேளுங்க. நேத்து ராத்திரி அந்த இடத்தில அவங்க எப்படித் தவிச்-சாங்கனு தெரியுமா?. காலம் கெட்டுக் கெடக்குது. பெண் கொழந்தை-களை வெச்சுகிட்டு, இரவு நேரத்துல ஏதாவது நடந்திருந்தா?''. முத்து-வுக்கு நினைக்கவே பயமாயிருந்தது.

" ஐயா. நீங்க மட்டும் இல்லைனா? குடும்பத்தையே இழந்திருப்-பேன்.'' சொல்லிச் சொல்லியழுதான். " கவலப்படாதீங்க. நீங்க குடியி-லிருந்து விடுபட எல்ல உதவியும் செய்றன்''; சொன்னபடியே செய்தார் . குடியின் தொடக்க நிலை என்பதால் பதினைந்து நாட்களில் ஆலோ-சனைகள் வழங்கப்பட்டு முத்து மறுபிறவி எடுத்தான். ஆய்வாளருக்கு குடும்பத்துடன் சென்று நன்றி தெரிவித்தான். " முத்து எனக்கு நீங்க

ஒரு உதவி செய்யனும்''. " நானா என்ன உதவிங்க ஐயா'' ஆச்சர்யத்தோடு கேட்டான். " இனிமே, குடிக்கிறவங்களப் பாத்தா அவங்களுங்கு உங்க நிலைமையைச் சொல்லிப் புரிய வைங்க. முடியலயா? எங்கிட்டச் சொல்லுங்க. நான் பாத்துக்கறன்.'' என்றார். " ஐயா. குடிக்கிறவங்களை எப்படித் திருத்தனும்னு நல்லாத் தெரிஞ்சுகிட்டேன். கனிவான பேச்சும், சரியான ஆலோசனையும் குடியிலிருந்து மீட்கும்னு என்னோட அனுபவத்துல தெரிஞ்சுகிட்டேன். குடிக்கிறவங்களுக்கு என்னோட வாழ்க்கையை ஒரு பாடமா சொல்லித். திருத்துவேன். என்னோட நண்பர்களைத் திருத்தி, அப்படியே படிப்படியா மாத்துவேன்''. என்றான் முத்து. ஆய்வாளர் மகிழ்ந்தார் புதியதொரு பாதையில் பயணிக்க முத்து தயாராகிவிட்டான்...

" குடியை மறப்போம்; குடும்பத்தை நினைப்போம்''

6

உழைப்பே உயர்வு

செல்வபுரி என்ற ஊரில் கந்தன் என்பவன் வாழ்ந்து வந்தாhன். உழைப்பின் மீது மிகுந்த நம்பிக்கை கொண்டவன். இந்த உலகத்தில் உழைப்பாளிகள் இல்லாமல் எதுவும் நடந்து விட முடியாது என்று நம்புவன். தினமும் காலையில் எழுந்தவுடன் தன்னுடைய தோட்டத்திற்குச் சென்று வேலைகளைப் பார்ப்பான். தான் சம்பாதித்த பணத்தில் ஒரு பகுதியை ஏழைகளுக்கும், உழைக்க இயலாதவர்களுக்கும் கொடுத்து உதவுவான். ஒரு முறை மழை பெய்யாமல் விவசாயம் செய்ய முடியாமல் கந்தனும் ஊர் மக்களும் தவித்தனர். எல்லோரும் கடவுளிடம் மழை வரம் வேண்டி கோரிக்கை வைத்தார்கள். கந்தனும் வேண்டிக் கொண்டான்

கந்தன் தனது குடும்பத்தையும் ஊர் மக்களையும் காப்பாற்ற வேண்டிய பொறுப்பு தனக்கிருப்பதாக உறுதியுடன் இருந்தான். என்ன செய்வது எனப் புரியவில்லை. இருப்பினும் தினமும் தனது தோட்டத்திற்குச் சென்று பார்த்துவிட்டு வருவான். பொதுநலத்தைப் பற்றிச் சிந்திக்கும் கந்தனை, கடவுள் சோதிக்க விரும்பினார். ஒருநாள் இரவு நேரத்தில் கந்தன் வீட்டின் முன்பு மிக வயதானவர் தோற்றத்தில் கடவுள் வந்து, திண்ணையில் அமர்ந்தார். தினமும் இரவு உணவு உண்ணச் செல்லும் முன் தன் வீட்டுத் திண்ணையில் யாராவது வழிப்போக்கர்கள் இருக்கிறார்களா? எனப் பார்த்துவிட்டு, அவர்களுக்கு ஏதாவது தேவையிருந்தால் செய்து கொடுப்பான் கந்தன். வழக்கம் போல் வெளியே வந்து பார்த்த போது வயதான மனிதர் அமர்ந்திருந்தார்.

ஐயா! தாங்கள் களைப்பாக இருக்கிறீர்கள், உண்பதற்கு உணவு கொண்டு வரட்டுமா? எனக் கேட்டான் கந்தன். சரி எனத் தலையாட்டினார் கடவுள். மழை பொய்த்துப் போனதால் உணவுத் தட்டுப்பாடு இருந்தது. கந்தன் எப்போதும் மனைவி, பிள்ளைகள் சாப்பிட்ட பின்னர் சாப்பிடும் பழக்கம் உள்ளவன். தனக்கான உணவை கொண்டு வந்து கொடுத்து சாப்பிடச் சொன்னான். முதியவரும் சாப்பிட்டுவிட்டு வாழ்த்தினார். முதியவர் கையில் ஒரு மூட்டையிருந்தது, அதிலிருந்து கத்தை கத்தையாக பணத்தை எடுத்து கந்தனுக்குக் கொடுத்தார். கந்தன் அதிர்ச்சியடைந்து வாங்க மறுத்தான். கந்தனிடம் எவ்வளவோ வற்புறுத்தியும் அவன் வாங்கவில்லை. கடவுள் தன் உண்மையான வடிவத்தைக் காட்டினார். தன்னிடம் உணவு வாங்கிச் சாப்பிட்டவர் கடவுள் எனத் தெரிந்ததும் கந்தன் மகிழ்ச்சியடைந்தான். இப்போது கடவுள் அவனிடம்,'' கந்தா! இந்தப் பணம் கோடி ரூபாயைத் தாண்டும். இதை வைத்துக் கொண்டு சந்தோசமாக வாழ்'' எனக் கொடுக்க, இப்போதும் வாங்க மறுத்துவிட்டான். கடவுள் எதுவும் பேசாமல் அமைதியாக இருந்தார்.

கந்தன் கடவுளை வணங்கி, "கடவுளே, நீங்கள் எனக்கு இந்தப் பணத்தைக் கொடுத்தால் இந்த ஊரில் நான் மட்டுமே பணக்காரனாக இருப்பேன். மற்ற மனிதர்கள் என்னைப் பணக்காரன் எனக் கருதி விலகிவிடுவார்கள். மேலும் உழைக்காமல் இருந்தால் சோம்பேறியாகிவிடுவேன். கடவுளாக இருந்தாலும், பசியோடு வந்தவருக்கு உணவைக் கொடுத்துவிட்டு பிரதிபலன் எதிர் பார்ப்பதும் தவறு எனச் சொல்லி மறுத்தான். கடவுள் புன்னகைத்தவாறே, கந்தன் வீட்டிலிருந்து புறப்படத் தயாரான போது, வானமானது இடி, மின்னலுடன் மழையைக் கொட்ட ஆரம்பித்தது•••

" நல்லார் ஒருவர் உளரேல் அவர்பொருட்டு எல்லார்க்கும் பெய்யும் மழை "

7

சிறுவனின் அறிவு

சோழ நாட்டை சிறுவனாக இருந்த கரிகாலன் அரசராக இருந்து ஆட்சி செய்தார். நேர்மையான மக்கள் பலர் வாழும் நாடாக சோழ நாடு விளங்கியது. அந்நாட்டில் சிறுவயது முதல் நெருங்கிய நண்பர்களாக வாழ்ந்து முதுமையடைந்த நண்பர்களின் வழக்கு ஒருநாள் கரிகாலனின் அரசவைக்கு வந்தது. வழக்கை விசாரிக்க ஆரம்பித்தார் அரசர். நண்பர்களில் ஒருவர் தொழிலில் ஏற்பட்ட நஷ்டத்தால் தன் நிலத்தை வேறு யாருக்கும் விற்காமல் தன்னுடன் நட்பில் இருக்கும் நண்பருக்கு விற்றுவிட்டார். நண்பரின் நிலத்தை வாங்கியவர், விவசாயம் செய்ய நினைத்து நிலத்தை உழுதார். அப்போது பித்தளைப் பானையொன்று மண்ணுக்குள்ளிருந்து கிடைத்தது. மூடிக்கிடந்த அப்பானையைத் திறந்து பார்த்தபோது பொற்காசுகள் அதிலிருந்தன. அதனைக் கண்டு மகிழ்ச்சியடைந்த நண்பர், நேராக நிலத்தை விற்ற நண்பரிடம் சென்று நடந்ததைச் சொல்லி பானையைக் கொடுக்க, அவரோ வாங்க மறுத்தார். நண்பர் சொன்னார், “ நண்பரே! தங்களிடமிருந்து நிலத்தை மட்டுமே விலைக்கு வாங்கினேன். அந்நிலத்தில் கிடைத்த பொற்காசுகள் உங்கள் பாட்டனுடையது. அதனால் நீங்களே வைத்துக் கொள்ளுங்கள்” எனச் சொல்ல, மற்றவர், “ நிலத்தை விற்றவுடன் அதில் கிடைக்கும் இலாப நஷ்டங்கள், நிலத்தை வாங்கியவருக்கே சொந்தம்” எனச் சொல்லி வாங்க மறுத்தார். இந்த வித்தியாசமான வழக்கு கரிகாலனுக்கு ஆச்சர்யத்தைத் தந்தது.

சுயநலத்தோடு வாழும் மனிதர்கள் இருக்கின்ற உலகில், நல்ல மனிதர்கள் தன் நாட்டில் இருக்கிறார்கள் என்பதை நினைத்து மகிழ்ச்சியடைந்த மன்னர் , நண்பர்களுக்கு நல்ல தீர்ப்பை வழங்க யோசித்த போது, நீதி கேட்டு வந்த இருவரின் முகத்தைப் பார்த்தார். அவர்களிருவரும் மன்னர் சிறுவர், இவரால் நம் வழக்குக்கு நல்ல தீர்ப்பை வழங்க முடியாது என்ற எண்ணத்தை முகக்குறிப்பால் உணர்த்தினர். இதைப் புரிந்து கொண்ட கரிகாலன். இந்த வழக்கை நாளை அனுபவம் வாய்ந்த முதியவர் ஒருவர் தீர்த்து வைப்பார் எனச் சொல்ல அரசவை கலைந்தது. அன்றிரவு கரிகாலன் மாறுவேடம் கொண்டு நகரை வலம் வந்தார். நண்பர்களிருவரின் குடும்பங்களைப் பற்றித் தெரிந்த கொண்டார்.

மறுநாள் அரசவை கூடியது. கரிகாலனுக்குப் பதிலாக வயதான ஒரு நரைத்த முடியுடன், தாடி மீசை வைத்திருநத முதியவர் வழக்கை விசாரித்தார். வழக்கு மீண்டும் சொல்லப்பட்டது. முதியவர் என்ன சொல்லப் போகிறார் என்பதைத் தெரிந்துகொள்ள அங்கிருந்தவர்கள் ஆவலுடன் இருந்தனர். “நண்பர்களே. உங்களிருவரின் நேர்மையைப் பாராட்டுகிறேன். இந்த வழக்கு குறித்து நேற்றே மன்னர் எனக்குத் தெரிவித்துவிட்டார். நான் உங்களிருவரின் குடும்பங்களைப் பற்றியும் விசாரித்துத் தெரிந்துகொண்டேன். நீங்களிருவரும் எவ்வளவு காலம் நண்பர்களாகவே இருப்பீர்கள். உங்கள் காலத்திற்குப் பிறகு உங்கள் பிள்ளைகள் ஒன்று சேர்ந்திருக்கவும், உங்கள் நட்பு உறவாக மாறவும், இந்த வழக்கிற்கு நல்ல தீர்ப்புக் கிடைக்கவும் வழி சொல்கிறேன் கேட்பீர்களா?” எனக் கேட்க, முதியவர் சொல்வது நன்றாக இருக்கிறதே, என நினைத்த இருவரும் சரி என்பதாகத் தலையாட்டினர். முதியவர் சொன்னார், “ உங்களிருவரில் ஒருவர் வீட்டில் திருமணவயதில் ஒரு மகனும், மற்றொருவர் வீட்டில் திருமணவயதில் ஒரு மகளும் இருக்கின்றனர். அவர்களிருவருக்கும் திருமணம் செய்து வைத்து, திருமணப்பரிசாக இருவரும் சேர்ந்து பொற்காசுகளைக் கொடுத்து விடுங்கள்” எனச் சொல்ல நண்பர்களிருவர் மட்டுமின்றி அங்கிருந்தோர் அனைவரும் நல்லதீர்ப்பு எனச் சொல்லி வாழ்த்தினர்.

அந்நேரத்தில் இருக்கையிலிருந்து எழுந்த முதியவர், ஒட்டப்பட்டிருந்த தாடி, மீசை, நரைத்த முடி ஆகியவற்றை எடுத்தபோது, சிறுவயதுடைய கரிகாலன் வெளிப்பட்டார். முதியவர் வடிவில் வேடம் பூண்டு

வந்தவர் கரிகாலன் என்பதறிந்து மக்கள் மகிழ்ச்சியோடு வாழ்த்தினர்.

“ உரைமுடிவு காணான் இளமையோன் என்ற
நரைமுது மக்கள் உவப்ப — நரைமுடித்துச்
சொல்லால் முறைசெய்தான் சோழன் குலவிச்சை
கல்லாமல் பாகம் படும்” - (பழமொழி நானூறு - பா. எ. 21)

8

சொந்தக்கால்

பொன்னுச்சாமி இப்படிச் செய்வார் என்று வள்ளி எதிர்பார்க்கவில்லை. வறுமை அவரை அப்படிச் செய்ய வைத்துவிட்டது. முன்பே தெரிந்திருந்தால், காலில் விழுந்தாவது தடுத்திருப்பாள். இப்போது அதற்கான வழியும் இல்லை. என்ன செய்வது? தலைக்குமேல் வெள்ளம் போய்விட்டது. இந்தக்கூட்டத்தில் அவரைத் தேடுவது சவாலாக இருந்தது. புத்தி பேதலித்தவள் போல் அங்குமிங்குமாக ஓடிக்கொண்டிருந்தாள். அவளின் மனம் கால்களைவிட வேகமாக அவரைத் தேடிக்கொண்டிருந்தது. அவளையும் அறியாமல் கண்களில் நீர் கொட்டியது. அப்போது பக்கத்து வீட்டு பார்வதி, வள்ளி அழுவதைப் பார்த்துவிட்டு அருகில் வந்தாள்.

“ ஏண்டி இப்படி அழுகற? நாலுபேரு பாத்தா என்ன நெனப்பாங்க. பொண்ணப் பெத்துட்டா ஒருத்தன் கையில புடிச்சுக் கொடுத்துத்தான ஆகனும். இதுக்கெல்லாம் போயி அழுகலாமா? போயி வேலையப்பாரு. உம் புருசனும் உன்ன மாதிரியேதான். ஆம்பளங்கறத மறந்துட்டு கண்ணத் தொடச்சிகிட்டுத் திரியறாரு” பார்வதி சொல்லிவிட்டுத் திரும்ப, “ அவர எங்க பாத்த, நானும் ரொம்ப நேரமா தேடிகிட்டேதான் சுத்திகிட்டு வர்றன்” என்ற வள்ளியிடம் மாந்தோப்பு வழியாக பொன்னுச்சாமி போனதை பார்வதி தெரிவித்தாள். ஆவேசம் வந்தவள் போல் ஓடத்தயாரானாள். ஆனால் என்ன செய்வது? அப்படி ஓட முடியாதே. வந்தவர்கள் ஏதாவது நினைப்பார்கள் என்பதால், வேகமாக நடந்தாள். எதிரே

ரவி குறுக்கிட்டான்.

" என்னம்மா நெனச்சிட்டிருக்க? எல்லாத்தையும் நானே பாக்க முடியுமா? வந்தவங்கள நாம தான கவனிக்கனும். நீயும் எங்கயோ அங்கிட்டு இங்கிட்டு ஓடிகிட்டே இருக்கற. அப்பா எங்க போனாருன்னே தெரியல. எங்கம்மா போனாரு? என்னோட படிச்ச பசங்கதான் எல்லா வேலையும் பாத்துகிட்டிருக்கிறாங்க" மகனின் கேள்விகளுக்கு நின்று பதில் சொல்ல வள்ளிக்கு நேரமில்லை. " அதுவந்து... ஒரு முக்கியமான விசயம். உனக்கு அப்பறமா சொல்ற. நீ வந்தவங்கள நல்லபடியா கவனிச்சுக்க" சொல்லிவிட்டு வேகமாகச் சென்றாள். அம்மா வேகமாகச் செல்வதைப் பார்த்த ரவி என்னவென்று கேட்க வாயெடுக்க, அதற்குள் மளிகைச்சாமான்கள் வந்திருப்பதாக ஒருவன் சொல்லிவிட்டுப்போனான். ரவி யோசனையோடு அந்தப் பொருள்களைச் சரிபார்க்கச் சென்றுவிட்டான்.

ஆள் நடமாட்டமில்லாத மாந்தோப்பு உள்ள பகுதியில் வெள்ளைவேட்டியும், சட்டையுமாய் தோளில் துண்டைப் போட்டுக்கொண்டு, சோகமாய் வந்து கொண்டிருந்தார் பொன்னுச்சாமி. மனதுள் கணவனைத்திட்டிக் கொண்டே சென்ற வள்ளி அவரைப்பார்த்துவிட்டாள். வள்ளியின் கண்கள் கோபத்தாலும் கண்ணீராலும் சிவந்தன. " அடப்பாவி, பாழாப்போனவனே, நாசமாப்போனவனே. எம்புள்ளயக் கொண்டு போயி பாழுங்கெணத்துல தள்ளிட்டயே. நீயெல்லாம் உருப்புடுவியா? நீயும் ஒரு அப்பனா? பெத்த புள்ளக்கி கெடுதல் பண்ணிட்டயே. பெத்தவயிறு பத்திகிட்டு எரியுது". அழுது புலம்பி பொன்னுச்சாமியின் சட்டையைப்பிடித்து உலுக்கினாள். பொன்னுச்சாமிக்கு வள்ளி இப்படிச் செய்வாள் எனத் தெரியும். அதனால் ஒன்றும் சொல்லாமல் அமைதியாக இருந்தார்.

" காளியாத்தா, உனக்குக் கண்ணில்லயா? நீயும் என்ன ஏமாத்திட்டியா? கடவுளும் சரியில்ல, கட்டுனவனும் சரியில்ல. எம்புள்ளக்கி நல்லவாழ்க்கை கெடைக்கனும்னு வேண்டிகிட்டேனே. கைவிட்டுடியே" கோயில் இருந்த திசையை நோக்கி தலையில் அடித்துக் கொண்டு அழுதாள். அழுது புலம்பியவளை சமாதானப்படுத்த வேண்டும்.; மாப்பிள்ளை வீட்டுக்காரர்கள் வருகின்ற நேரம் எப்படிப்பேசுவது, தைரியத்தை வரவழைத்துக் கொண்டு, " வள்ளி, எனக்கு மட்டும் நம்மபுள்ள மேல பாசமில்லயா?. நாம இப்ப கஷ்டத்துல இருக்கறதை தெரிஞ்சுகிட்டு

அந்தத் தரகன் ஏமாத்திட்டான். எல்லாம் விதி. இப்ப என்ன செய்யிற-துனே தெரியல'' என்றார் பொன்னுச்சாமி;. " விதியா? அது எங்கிருந்து வந்துச்சு. குடிச்சுக்குடிச்சு எல்லாத்தையும் அழிச்சுட்டு இப்ப வக்கனையா பேசற. அந்தப் புள்ள அப்பா, அப்பானு உம் மேல உசுர வெச்சிருந்-துச்சே. அந்த உசுர எடுக்க உனக்கு எப்பிடித்தான் மனசு வந்துச்சோ? இத்தனை காலமாய் வெந்து கொண்டிருந்த வள்ளியின் மனம் வெளிப்-பட்டது.

" நான் செஞ்சது தப்புதான். எம்புள்ளயக் கொண்டுபோய் நானே தள்ளிட்டனே'' முகத்தில் அடித்துக் கொண்டு அழுதார். வள்ளிக்கு என்னசெய்வதென்று புரியவில்லை. கண்ணீரைத் துடைத்துக்கொண்டு, "வள்ளி, ஒருநாளு பக்கத்து ஊரு தரகரு, என்னபாக்க கட்டடத்து வேல நடக்கற எடத்துக்கு வந்தாரு. அவரோட ஊர்ல நம்ம பொண்-ணுக்குத் தோதா மாப்பள இருக்கறதா சொன்னாரு. எங்கிட்ட வசதி-யில்ல, எனக்கு ஒருபவுனு போடக்கூட வக்கில்லனு சொல்லியும் கட்-டாயப்படுத்தினாரு. மாப்பள வெளியூர்ல தையல்வேலை பார்க்குறாரு. முப்பது பேரு அவருகிட்ட வேலை பாக்குறாங்கனு சொன்னாரு. ஒழுக்-கமான பையன்னு சொல்லிட்டு. ரெண்டுவீட்டுச் செலவயும் மாப்பள வீட்-டுக்காரங்களே பாத்துக்குவாங்க. பொண்ணு மட்டும் குடுத்தா போதும்னு சொன்னாரு. எனக்கு ஒன்னுமே புரியல. உங்கிட்ட கலந்துகிட்டு சொல்-றனு சொல்லிட்டு வந்துட்டேன்'' எனச் சொல்ல, " இதெல்லாம் எனக்-கும் தெரிஞ்சதுதான்'' என்றாள். " மறுநாளும் தரகரு வந்தாரு. நாளைக்கு மாப்பள வீட்டுக்காரங்க பொண்ணப்பாக்க வருவாங்கனு சொன்னாரு. புடிச்சா சொல்லுங்கனு சொல்லிட்டுப் போயிட்டாரு. நானும் உங்கிட்ட வந்து சொன்னேனே. நீயும் வரட்டும் பாக்கலாம்னு சொன்-னயே'' என்றார்.

" நீங்க எல்லாத்தையும் சொன்னீங்க. மாப்பளயோட ஒரு காலு வளஞ்சிருக்குதுனு எங்கிட்ட சொன்னீங்களா'' கண்ணீரால் சேலை நனைந்தது. " எனக்கும் அப்பவெல்லாம் அதபத்தி தெரியாது. நம்ம வீட்டுக்கு மாப்பளயோட அண்ணன் வந்தப்ப. தரகர் மாப்பிளயப் பத்தி சொன்னாரானு கேட்டாரு. நானும் ஆமானு தலையாட்டுன. அப்ப மாப்-பளயோட மார்பளவு படத்தை மட்டும் காண்பிச்சாங்க. நாம எல்லா-ரும் பாத்து புடிச்சிருக்குதுனு சொல்லிட்டம். மாப்பிள கல்யாணத்துக்கு

நாலு நான் முன்னாடிதான் வருவாரு. நிச்சயத்தையும் நாமே முடிச்சிரலாம்னு சொன்னாரு. எல்லாரும் சரினு சொன்னம். நானும் நாலுபேருகிட்ட விசாரிச்சுப் பாத்தப்ப எல்லாரும் நல்லபையனு சொன்னாங்க. வேறொன்னும் சொல்லல.''என்றார்.

கல்யாண வீட்டிற்கு வந்தவர்கள் எல்லாம் பெண்ணின் தாய்தந்தை எங்கே என விசாரிக்கத் தொடங்கிவிட்டனர். ரவிக்கு அவர்களிடம் என்ன செல்வதென்று தெரியவில்லை. அரக்கப் பறக்க வள்ளி சென்ற திசை வழியாகச் சென்றான். " ரெண்டுபேரும் இங்க என்ன பண்றீங்க. எனஞ்சனமல்லா அங்க வந்து காத்துகிட்டிருக்காங்க. அப்படியென்ன முக்கியமான விசயம்'' கோபத்தோடு கத்தினான். வள்ளி கண்ணீர் விட ஏதோ தவறு நடந்திருக்கிறது என்பதை உணர்ந்தான். " என்னப்பா ஆச்சு? அம்மா ஏன் அழுகுது'' ரவி கேட்க, பொன்னுச்சாமி நடந்த அனைத்தையும் கொட்டித் தீர்த்தார். " அந்தத் தரகன நான் சும்மா விட மாட்ட. வேண்டாம்பா, கல்யாணத்தை நிறுத்திடலாம்'' ஆவேசமாய்க் கத்தினான் ரவி.

" வேண்டா ரவி. எல்லாமே போச்சு. எனக்குத் தகவல் தெரிஞ்சப்பவே போய்ப் பாத்து அந்தத் தரகன ரெண்டு துண்டா வெட்டோனும்னு நெனச்சன். அவன் அதுக்குள்ள எங்கயோ ஓடிட்டான். பொறுமையாயிரு ரவி. பத்திரிக்கையடிச்சு, எல்லாம் முடிஞ்சு விடிஞ்சா கல்யாணம். கல்யாணம் நின்னா ஊருக்குள்ள தப்பாப் பேசுவாங்க. எனக்கு ரெண்டு நாளக்கி முன்னாடிதான் மாப்பளயப்பத்தி தெரிஞ்சுது. சொன்னா வருத்தப்படுவீங்கனு எனக்குள்ளயே...'' சொல்லிக் கொண்டே கண்ணீர் விட்டார். " ஏம்பா, கொஞ்சமாவது தங்கச்சியப்பத்தி நெனச்சுப் பாத்தீங்களா? அவளால இதத் தாங்கமுடியுமா? " பொங்கிவரும் அழுகையைக் கட்டுப்படுத்திக் கொண்டு கேட்டான் ரவி.

" கல்யாணிக்கு நேத்தே சொல்லிட்ட'' பொன்னுச்சாமி சொல்ல, வள்ளிக்கு தலையில் இடிவிழுந்தது போல் இருந்தது. " சொல்லீட்டிங்களா?. அவ எங்கிட்ட ஒன்னுமே சொல்லலியே. பாவிமக மறச்சுட்டாளே'' தலையில் அடித்துக்கொண்டு அழுதாள். " கல்யாணிகிட்ட நான் சொன்னப்ப புள்ள மூஞ்சியே மாறிப்போச்சு. இருந்தாலும் நாம இருக்கற சூழ்நிலையில எதுவும் செய்யமுடியாதுங்கறத தெரிஞ்சுகிட்டு,

கல்யாணத்தன்னிக்கு அம்மாவும் அண்ணனும் தெரிஞ்சுகிட்டும்னு சொல்-லிட்டா'' என்றார். அதற்குள் மாப்பிள்ளை வீட்டுக்காரர்கள் ஊரெல்-லையைத் தாண்டி வந்துகொண்டிருக்கிறார்கள்; என்ற தகவலை ரவியின் நண்பன் வேகமாக வந்து சொன்னான். கடவுளின் மேல் பாரத்தைப் போட்டுவிட்டு கிளம்பினார்கள்.

மாப்பிள்ளை பார்க்க வாட்டசாட்டமாக இருந்தான். ஒரு கால் மட்டும் சற்று வளைந்திருப்பது தெரிந்தது. எந்தவிதத் தீயப்பழக்கங்களும் இல்லா-தவன் என்பதை வள்ளியால் கணிக்க முடிந்தது. உறவுக்காரர்கள் எல்-லோரும் அவனுடைய குணத்தைப் பற்றிச் சொன்னார்களே தவிர யாரும் அந்தக் குறையைப்பற்றிச் சொல்லவில்லை. மாப்பிள்ளை யாருடைய துணையுமின்றி தனியாக நடந்து வந்தது ஆறுதலைத்தந்தது. வீட்டில் உள்ள ஒரேயொரு தனியறையில் மணப்பெண் கல்யாணி தோழிகளுடன் சிரித்துக்கொண்டிருந்தாள். வள்ளி, பொன்னுச்சாமி, ரவி மூவரும் வரவே தோழிகள் வெளியே சென்றுவிட்டனர். இதுவரை துக்கத்தை மற்றவர்-கள் முன்னிலையில் மறைத்த வள்ளி மகளைப் பார்த்தவுடன் கண்ணீர்-விட்டுக் கதற, சுதாரித்துக் கொண்டு வேகமாகச் சென்று பொன்னுச்சாமி கதவடைத்தார். “ ஏம்மா, இப்படி அழுகற, உனக்கு மாப்பளயப் பத்தி தெரிஞ்சிருச்சா'' சொல்லிவிட்டு பொன்னுச்சாமியைப் பார்க்க அவர் ‘ஆமாம்' என்று தலையாட்டினார்.

“ அப்பாவுக்கும் முன்னாடியே எனக்குத் தெரியும்'' என்று கல்யாணி சொல்ல பொன்னுச்சாமி வியப்புடன் பார்த்தார். “ ஆமாம்பா நம்ம வீட்-டுக்கு அவரோட அண்ணன் வந்துட்டுப் போன ரெண்டுநாள் கழிச்சு, வழக்கமா நான் பக்கத்து ஊருக்கு வெள்ளிக்கெழமை கோயிலுக்குப்போ-றதைத் தெரிஞ்சுகிட்டு அவரும் அவுங்க அண்ணனும் வந்திருந்தாங்க. எனக்குப் பாத்தவுடனே தூக்கிவாரிப்போட்டமாதிரி இருந்துச்சு. நாங்க ரெண்டுபேரும் தனியாப் பேசுட்டும்னு அவுங்க அண்ணன் தனியாப்போ-யிட்டாரு'' என்றாள். “ அப்புறம் என்னாச்சு? '' அவசரப்படுத்தினான் ரவி. “ சின்ன வயசுல போலியோவால ஒரு காலு பாதிக்கப்பட்ட விச-யத்தைச் சொன்னாரு. ஏழு வயசுலதான் தானே சுவத்தைப் புடிச்சுகிட்டு நடந்தாராம். அப்பா ,அம்மா தவறிட்டாங்கனு சொன்னாரு. பக்கத்துவீட்-டுல ஒரு தையல்காரர்கிட்ட துணி தெக்கறதைப் பழகிட்டு, இன்னிக்கி வெளியூர்ல கடை ஆரம்பிச்சு, முப்பது பேரு அவருகிட்ட வேலபாக்கு-

றாங்களாம். பொண்ணுப்பாக்க வர்றதுக்கு தயக்கமா இருந்ததால கல்யாணத்தன்னிக்கு வர்றதா சொன்னாராம். இதையெல்லாம் தரகரு மூலமா உங்கவீட்டுக்கு சொல்லியிருந்தோமேனு சொன்னாரு. எல்லாம் சொன்னதுக்குப் பிறகு அவர புடிச்சிருக்குதானு கேட்டாரு'' சொல்லி நிறுத்தினாள். " நீ என்ன சொன்ன? " ரவி கேட்டான். " ரொம்பப்புடிச்சிருக்குனு சொல்லிட்டு ஓடி வந்துட்டேன்'' என்றாள்.

" இருந்தாலும் அந்தக் காலு...'' என இழுத்தாள் வள்ளி. " என்னம்மா சும்மா, காலு காலுங்கற. யோசிச்சுப்பாரு. நல்லகாலு உள்ளவங்க எத்தனையோ பேரு குடிச்சிட்டு தள்ளாடித்தள்ளாடி நடக்கிறதப் பாத்துகிட்டு இருக்கோம். குடும்பத்தை கவனிக்காம பொண்டாட்டி, புள்ளைகள தெருவுல நிறுத்திடறாங்க. அவுங்களும் வீதியில கிடக்குறாங்க'' கல்யாணி சொல்லச் சொல்ல பொன்னுச்சாமிக்கு பொட்டில் அடித்தது போல் இருந்தது. கல்யாணி தொடர்ந்து பேசினாள். " ஒரு மனுசன் தன்னோட சொந்தக்கால்ல நின்னாத்தாம்மா கௌரவம். அவரு அடுத்தவங்க கண்ணுக்கு ஊனமான காலிருக்கறவரா தெரியலாம். உண்மையில அவருதாம்மா சொந்தக்காலுல நிற்கறவர்'' எனச் சொல்ல, மகளின் பேச்சில் இருந்த உண்மையைப் புரிந்துகொண்டு வள்ளி ஆனந்தக்கண்ணீர் வடித்தாள்.

9

டீர்ரக்கா

சரசுவுக்கு இரண்டாவது பிரசவம் தர்மாஸ்பத்திரியில் சேர்த்திருந்தார்கள். பாப்பாத்தியிடம் செண்பகத்தை பார்த்துக்கொள்ளச் சொல்லியிருந்தாள் ராமாத்தாள். ''சாமி எம்புள்ளக்கி நல்லபடியா சொகப்பிரசவம் ஆயிறனும்'' ஊரிலுள்ள தெய்வங்களையெல்லாம் வேண்டிக்கொண்டிருந்தாள். பிரசவ வலியில் துடித்தாள் சரசு. '' நர்ஸம்மா! எம்புள்ளக்கி வலி வந்திருச்சும்மா. சீக்கிரம் வாங்கம்மா'' கெஞ்சினாள் ராமாத்தாள். '' கவலைப்படாதம்மா. டாக்டரம்மா வந்துட்டாங்க. கூட்டிட்டு வர்றன்'' வேகமாகச் சென்று டாக்டரை அழைத்து வந்தாள். ஏழு பிள்ளைகளைப் பெற்றிருந்தாலும் மகளின் வலி அவளை வருத்தியது. வெளியில் குட்டிபோட்ட பூனையைப்போல் இங்குமங்குமாக அலைந்து கொண்டிருந்தாள். '' தாயும் கொழந்தியும் நல்லாயிருக்காங்க. பொம்பளப்புள்ள பொறந்திருக்கு'' என்றாள் நர்ஸ். '' கொகப்பிரசவமா?''. ஆமாம் எனத் தலையாட்டி விட்டு அடுத்த வேலையைப் பார்க்க நர்ஸ் நகர்ந்தாள் . சுகப்பிரசவம் என்பதால் மூன்று நாளில் வீட்டிற்கு அனுப்பிவிட்டனர்.

வெளியூர் வேலைக்குச் சென்றிருந்த சுப்பிரமணி வந்து சேர்ந்தான். மகளைப் பார்த்துப் பார்ததுப் பூரித்தான். செண்பகம் தங்கையின் கையைத் தொட்டுப் பார்த்தாள். அம்மாவின் அருகில் அமர்ந்து தங்கையைக் கொஞ்சிக் கொண்டேயிருந்தாள். குலதெய்வம் கோயிலுக்குச் சென்று மொட்டையடித்து வேணி எனப் பெயரிட்டனர். ஒன்றரையாண்டுகள் கடந்து விட்டன. வேணியின் நிலை மற்ற பிள்ளைகளிடமிருந்து

வேறுபடுவதாக நினைத்தாள் சரசு. “ ஏனுங்க! வேணிய கவனீச்சீங்களா?”. “ எம்புள்ளக்கி என்னடி. அவ ராசாத்தி” எனச் சொல்லி சரசுவைப் பார்த்தான். “ இல்லீங்க. எனக்கென்னமோ பயமா இருக்குது. சரியா பேச மாட்டீங்கறா?. நடக்க மாட்டீங்கறா சுப்பிரமணியிடம் சொன்னாள். “ உனக்னெ;ன பைத்தியமாடி. சில கொழந்தீக. ரெண்டு மூனு வயசு வரையில கூட பேசாது.. நடக்காது சின்னக் கொழந்த. பொறுத்துப் பேசட்டும்.. நடக்கட்டும்” என்றான். சரசுவின் முகம் சரியாக இல்லை. சரசுவிடம் சொன்னதிலிருந்து வேணியை கவனிக்க ஆரம்பித்தான். அவள் சொன்னது உண்மைதான். இனியும் காலம் கடத்தக் கூடாது என நினைத்தபடி ராமாத்தாளிடம் மூத்தவளை விட்டு விட்டு சரசுவுடன் வேணியை நகர்ப்புறத்திலிருக்கும் பிரபல குழந்தைகள் மருத்துவரிடம் காட்டுவதற்காக அழைத்துச் சென்றான். கணவனும் மனைவியும் மனதுக்குள் கடவுளை வேண்டிக்கொண்டே மருத்துவமனையை அடைந்தனர்.

மருத்துவர் வேணியை பரிசோதனை செய்து பார்த்தார். சரசுவுக்கு மனம் அடித்துக் கொண்டிருந்தது. “ உங்க குழந்தை பொறக்குறதுக்கு முன்னாடி டாக்டர்கிட்ட போனீங்களா?. ஸ்கேன் எடுத்தீங்களா?” சரசு இல்லையென்பதாகத் தலையாட்டினாள். பிரசவத்துக்கு மட்டும் மருத்துவமனை சென்றதைத் தெரிவித்தாள். “ சுப்பிரமணி! உங்களுக்கு எத்தனை குழந்தை இருக்கு”. டாக்டர் இப்படிக் கேட்டதும் சுப்பிரமணிக்குப் பதற்றம் அதிகரித்தது. “ ரெண்டு கொழந்தீங்க” என்றான். “ மனசை திடப்படுத்திக்கங்க. இந்தக் குழந்தை நார்மலா இல்லை. மூளை வளர்ச்சி குறைவு ஐம்பது சதவீதம் மட்டுந்தான்” சொல்லி முடிக்கும் முன்பே சரசு ஒப்பாரி வைத்தாள். சுப்பிரமணியும் அழுதான் .மருத்துவர் இருவரையும் சமாதானப்படுத்தினார். “ முறையா ட்ரீட்மெண்ட் பாருங்க. காலப்போக்குல கொஞ்சங்கொஞ்சமா சரியாயிரும்” என்றார். வேணிக்கு என்ன நடக்குது என்பது புரியாமல் அம்மாவின் மடியிலிருந்து வேடிக்கை பார்த்துக் கொண்டிருந்தாள். மனதை திடப்படுத்திக்கொண்டு வீடு வந்து சேர்ந்தனர்.

ராமாத்தாள் செண்பகத்துடன் வீட்டிலிருந்தாள். “ ஐ அம்மா வந்தாச்சு” அம்மாவை ஓடிப்போய்க் கட்டிக்கொண்டாள் செண்பகம். தெரு-

வில் அமைதியாக நடந்து வந்த சரசுவுக்கு அம்மாhவையும் மகளையும் பார்த்ததும் அடக்கமுடியாமல் கண்ணீர் புறப்பட்டது. ஒப்பாரி வைத்தாள். “ அழுகாதடி! என்னாச்சு” சரசுவைப் பிடித்து உலுக்கினாள் ராமாத்தாள். “ நம்ம வேணிக்கு மூளை வளர்ச்சி கொறவுனு சொல்லிட்டாங்கம்மா?” கட்டிக்கொண்டு அழுதாள். மாறி மாறி இருவரும் அழுதனர். சுப்பிரமணி சமாதானப்படுத்தினான். மருத்துவர் சொன்ன விவரங்களை முழுமையாக அம்மாவிடம் சொல்லிவிட்டாள். சரசு இயல்பாக இல்லை. மகளைப் பற்றிய கவலை மனதில் அப்பிக் கொண்டது. மாதம் தவறாமல் மருத்துவமனைக்குக் கூட்டிச் சென்றனர் .பெரிதாக ஒரு பலனும் இல்லை. செண்பகம் பள்ளிக்கூடம் செல்கிறாள். சுப்பிரமணி முன்பை விட அதிகம் உழைக்கத் தொடங்கினான்;. வேணியை பார்த்துக் கொள்ள ராமாத்தாள் இருந்தாள். சரசுவும் வேலைக்குச் செல்ல ஆரம்பித்தாள்.

ஊருக்குள் இருப்பவர்கள் துக்கம் விசாரிப்பது போல் வேணியைப் பற்றிக் கேட்டனர். சரசுவுக்கு அழுவதைத் தவிர வேறெதுவும் சொல்ல முடியவில்லை. அம்மாவிடம் சொல்லிக் கொண்டு அழுதாள். “ அழுகாத. சாமி தொணையிருக்கு. ஒல வாய மூடுனாலும் ஊரு வாய மூட முடியாது. பேசினா பேசிட்டிப் போறாங்க” சமாதானப்படுத்தினாள். நான்கு வயதைக் கடந்தாள் வேணி. தெளிவாகப் பேசாவிட்டாலும் ஏதோ பேசுவாள். சரசு ஆறுதலடைந்தாள். ராமாத்தாளும் வேலைக்குச் செல்ல வேண்டிய தேவை அதிகரித்தது. .வேணியைப் எதிர் வீட்டிலிருக்கும் மல்லிகா அக்காவின் வீட்டுத் திண்ணையில் படுக்க வைத்துவிட்டு ஒரு குண்டாவில் சாப்பாட்டைப் போட்டுவைத்துவிட்டு சரசுவும் ராமாத்தாளும் வேலைக்குச் சென்று விடுவர். மல்லிகா வீட்டிலிருப்பவள். கணவர் அரசு வேலையில் இருந்தார். மூன்று பிள்ளைகளும் படித்துக்கொண்டிருந்தனர். சரசுவின் நிலைமையைப் புரிந்து கொண்டதால் வேணியை கவனித்துக் கொண்டாள். வேலையில்லாத சமயங்களில் வேணியிடம் பேச்சுக் கொடுப்பாள். நடக்க வைப்பாள். இப்படியாக நாட்கள் நகர்ந்து கொண்டிருந்தன. பெரும்பாலும் வேணி சாப்பிடச் சாப்பிடத் தூங்கி விடுவாள். சிரிப்பாள். இப்போது ஓரளவு பேச ஆரம்பித்துவிட்டாள். மல்லிகா அக்காவை மல்லக்கா என்பாள். சிலரின் பெயர்களை வேணி தெரிந்து வைத்திருந்தாள். இப்போது வேணி நடக்க ஆரம்பித்துவிட்டாள். சேட்டையும் ஆரம்பித்து விட்டது. பாட்டியிடம் சண்டைக் கட்டுவாள். கோபம்

வந்தால் போட்டிருக்கின்ற ஆடைகளைக் கழற்றி வீசிவிடுவாள். வீட்டிற்குப் பக்கத்திலிருக்கும் கடையில் தின்பண்டங்கள் வாங்க நச்சரிப்பாள். தரவில்லையென்றால் தரையில் அமர்ந்து கைகளை கீழே வைத்துத் தலையை டங்... டங் என்ற சத்தம் கேட்குமளவிற்கு அடித்துக் கொள்வாள்.

சரசுவுக்கு வேணியைச் சமாளிப்பது பெரும் சவாலாக இருந்தது. வேணிக்கு அடுத்த படியாக இரண்டு தம்பிகள் பிறந்து விட்டனர். பக்கத்து வீடுகளில் குழந்தைகள் இருந்தால் வேணி அங்குதான் இருப்பாள். வீட்டில் ஒரு வேலையும் செய்யமாட்டாள். அடுத்தவர்களுக்கு எல்லாமும் செய்வாள். துணி துவைத்தால் அலசிக் கொடுப்பாள். குழந்தைகளுக்கும் வேணியென்றால் கொள்ளைப்பிரியம். எந்நேரமும் டிர்... டிர்... என்று ஒலியெழுப்புவாள். ஆதனால் குழந்தைகள் டிர்ரக்கா என்றுதான் கூப்பிடுவார்கள். வேணிக்குச் சந்தோசமாக இருக்கும். குழந்தைகள் பள்ளி செல்ல ஆரம்பித்தால் வேணியை கண்டுகொள்ளமாட்டார்கள். வேணியும் பிள்ளைகளுள்ள வேறு வீடுகளுக்குச் சென்று விடுவாள். குழந்தைகள் அடித்து விட்டால் அழுவாள். சில நேரங்களில் சற்று பெரிய குழந்தைகள் சீண்டினால் அடித்துவிட்டு வீட்டுக்கு ஓடிவிடுவாள். தான் அடித்த பிள்ளைகளின் வீட்டுக்கு இரண்டு நாட்கள் கழித்து செல்வாள். குழந்தையை ஏன் அடித்தாய் எனக் கேட்டால் புகார் சொல்லுவாள். திட்டினாலும் கவலைப்படமாட்டாள். இப்போது வேணி பருவமடைந்துவிட்டாள். சரசுவுக்கு கவலை அதிகரித்து விட்டது. சிலநாட்கள் வீட்டிலிருந்து பார்த்துக் கொள்வாள். அடுத்தவர்கள் வீடுகளுக்குச் செல்லக் கூடாத நாட்களை வேணி அறிந்திருந்தாள்.

பக்கத்து வீட்டிற்கு யாராவது உறவினர் வந்திருந்தால் போய் விசாரிப்பாள். “ நல்லாக்கியா. சாப்டியா” எனக் கேட்பாள். கட்டிப்பிடித்துக் கொள்வாள். ஒரு சிலர் ஏற்றுக்கொள்வர். சிலர் முகம் சுளிப்பர். கள்ளங்கபடமில்லாதவள் வேணி என்பது எல்லோருக்கும் தெரியும். வேணியிடம் யாராவது வம்பிழுத்தால் கெட்டவார்த்தையில் பேசிவிட்டு வீட்டுக்கு ஓடிவிடுவாள். கேலியாக வேணியிடம் பேசுபவர்கள் நிறையப்பேர் இருந்தனர் . பெண் பிள்ளையாக இருப்பதால் சரசு கவனமாக இருப்பாள். வேணிக்கு அடி கொடுத்தும் சிலநேரம் கண்டித்தும் வந்தனர். டிவி பார்ப்பது ரொம்பவும் பிடிக்கும். செல்போனில் யாராவது பேசினால்

தானும் பேச வேண்டுமெனக் கேட்பாள். கெஞ்சுவாள். சில வார்த்தைகள் பேசிவிட்டுக் கொடுத்துவிடுவாள். எதிர்முனையில் பேசுபவர்களைப் பற்றி அவளுக்குக் கவலையில்லை. மகிழ்ச்சியாகச் சிரிப்பாள். வெற்றிலை, பாக்கு , புகையிலை போடுவாள். இப்பொழுது தின்பண்டங்களைக் கூட அவள் விரும்புவதில்லை. வாசல் கூட்டுதல், துணி துவைத்தல், பாத்திரம் கழுவுதல் உள்ளிட்ட சில வேலைகளைத் தன் வீட்டிலும் செய்து கொடுக்கிறாள். வேணியை விட சிறு பிள்ளைகள் போடி என்று சொல்லி விட்டால் அவளால் தாங்கிக் கொள்ள முடியாது. இரவு ஒன்றிரண்டு மணிக்கெல்லாம் சாப்பிடும் பழக்கமும் இருக்கிறது.

அந்த ஊரில் காலை 4.00 மணிக்கெல்லாம் டீக்கடையைத் திறந்து விடுவார்கள். கடைக்காரர் ஒரு முறை வேணியை அந்த நேரத்தில் அங்கு பார்த்து பயந்த சம்பவமும் நடந்திருக்கின்றது. வேணிக்கு நாய்கள் என்றால் கொள்ளைப்பிரியம் தெருவில் குட்டிநாய்களைப் பார்த்தால் வீட்டுக்கு தூக்கி வருவாள். நாய் வாயினுள் கை விடுவாள். பெரிய நாயாக இருந்தாலும் அவளுக்கு பயம் இல்லை. ஏனோ தெரியவில்லை. பிறரைக் கடிக்கும் பெரிய நாய்கள் கூட வேணியை ஒன்றும் செய்வதில்லை. சாலையில் நாய் அடிபட்டு இறந்து போனால் அழுவாள். அதேபோல் எவ்வளவு இருட்டு இருந்தாலும் பயப்படமாட்டாள்.

புதுத்துணி போட்டுவிட்டால் வீடு வீடாகச் செல்வாள். “ துணி நல்லாக்கா” எனக் கேட்பாள். “ துணி எவ்வளவு என்று கேட்டால் “ அம்பருவா” என்பாள். “ எனக்குத் தர்றியா?” என்று கேட்டுவிட்டால் “ குசுக்கு” என்று சொல்லிவிட்டு ஓடி விடுவாள். சரசு வெளியில் கிளம்பினால் தானும் உடன் வருவதாகச் சொல்லி அடம்பிடிப்பாள். வேணியை ஏமாற்றிச் செல்வது அவ்வளவு எளிதான காரியம் இல்லை. சிலமுறை பேருந்துக்குப் பின் ஓடிய நிகழ்வுகளும் நடந்திருக்கின்றன. காலையில் வீட்டு வேலையில் ஈடுபட்டிருக்கும் குழந்தைகளுள்ள பெண்களுக்கு உதவுவாள். குழந்தைகளை வெகுநேரம் வைத்திருப்பாள். யாராவது வீட்டில் காலை ஆறுமணிக்கு மேல் தூங்கிக்கொண்டிருந்தால் கதவைத்தட்டி எழுப்பி விடுவாள். “ வேலக்குப் போலியா. நீவு விட்டாச்சா?” எனக் கேட்பாள். காலையில் பெரியவர்கள் கண்டுகொள்ளவில்லையெனினும் குழந்தைகளின் உச்சிக்கு எண்ணெய் வைத்துவிடச் சொல்வாள். அவர்கள் பொருட்படுத்தவில்லையென்றால் தானாகவே வீட்டுக்-

குள் சென்று எண்ணெய் பாட்டிலைத் தேடி எடுத்து வந்து தேய்த்து விடுவாள். குழந்தைளுடன் வெளியூர் கிளம்பியவர்களை பேருந்து நிறுத்-தம் வரை சென்று வழியனுப்பி டாட்டா காட்டுவாள். அறிமுகமில்லாத-வர்களுக்கும் டாட்டா காட்டுவாள். அவர்களும் திருப்பி டாட்டா சொன்-னால், பெருமையாகச் சிரித்துக்கொண்டு வருவாள்.

செண்பகத்துக்கு திருமணமாகிவிட்டது. வேணிக்கு சந்தோசம். “ செம்பாக்கு கலியாணம்” எனச் சொல்லிச் சிரிப்பாள். யாராவது “ உனக்-கெப்ப கல்யாணம்” எனக் கேட்டால் வெட்கப்பட்டு ஓடுவாள். சில சினிமாப்பாடல்களும் வேணிக்குத் தெரிந்திருந்தது. வேணியைப் பாடச் சொன்னால் பாடிக்காட்டுவாள். “ ஒரு பாட்டுப்பாடு” என்றால், “வாதி வாதி நாத்துத் தத்தை வசமா வந்து மாத்தித் திட்ட. ர.ர. ரட்டார••• ர. ர. ரட்டார••• ” என ஓசையுடன் பாடுவாள். டிவியில் போடும் பாடல்-களுக்கு குழந்தைகள் ஆடினால் இவளும் சேர்ந்து ஆடுவாள். வேணி சட்டை பாவாடை போட்டிருப்பாள். வெளியூருக்குப் போக சில சுடிதார்-கள் அவளிடம் இருந்தன. சட்டை ஜோப்புக்குள் வெற்றிலை, பாக்கு உள்ளி;ட்டவற்றை வைத்திருப்பாள். செலவு செய்ய சண்டைக்கட்டி காசு வாங்கி வைத்திருப்பாள். காலை நான்கரை மணிக்கெல்லாம் டீக்கடைக்கு வந்து விடுவாள் .அங்கு உலக அரசியல் வரை பலபேர் பேசிக்கொண்டி-ருப்பார்கள். சற்று நேரம் அவர்கள் பேசுவதை நின்று வேடிக்கை பார்ப்-பாள். வரிக்கி வாங்குவாள்; ஒரு பாத்திரத்தில் டீ வாங்குவாள். வீட்டிற்-குச் சென்று குடித்துவிட்டு பிறகுதான் ஊருக்கு உழைக்கச் செல்வாள்.

வேணி பயப்படுவது அப்பாவுக்கு மட்டும் தான். தம்பிகள் வளர்ந்து விட்டனர். யார் வீட்டுக்கும் போகக்கூடாது என்று மிரட்டி வீட்டுக்கு அனுப்புவார்கள். அவர்கள் செல்லும் வரை வீட்டுக்குப் போவது போல் பாவனை காட்டிவிட்டு அவளுக்குப் பிடித்த வீடுகளுக்குச் சென்று விடு-வாள். யார் வீட்டிலாவது திருமண ஏற்பாடுகள் நடந்தால் உடனே வந்து மல்லிகாவிடம் சொல்லி விடுவாள். கால ஓட்டத்தில் எல்லாமும் மாறி-விட்டது. எல்லாரும் மாறிவிட்டார்கள். அவள் மட்டும் மாறவேயில்லை. சரசுவுக்கு தன் காலத்திற்குப் பின் மகளின் நிலை எப்படியிருக்கப் போகி-றதோ? என்ற கவலை உருக்கிக் கொண்டிருக்கிறது. “ கடவுளே!. நா சாகறதுக்குல்ல. எம் புள்ளய கூப்புட்டுக்க.” மன ரணத்தோடு எந்நேரமும் வேண்டிக்கொண்டிருக்கிறாள். இப்பொழுதும் விவரம் தெரியாத பிள்ளை-

களுக்கு வேணியைக் கண்டால் மிகவும் பிடிக்கும். குழந்தைகளுக்கான உலகத்தில் முடிசூடா ராணியாக எதைப்பற்றிய கவலையும் இல்லாமல் டிர்ரக்காவாக வாழ்ந்து கொண்டிருக்கிறாள்...

10

வழிகாட்டி

ராணியும் கமலியும் இன்றுதான் பெற்றோருடன் அல்லாமல் முதல் நாளாக ஆறாம் வகுப்புப் படிப்பதற்காகத் தோழிகளுடன் சேர்ந்து, தங்கள் கிராமமான குமரலிங்கத்திலிருந்து, உடுமலைப்பேட்டைக்கு வந்திருக்கின்றனர். தோழிகள் அனைவரும் முதல் நாள் மகிழ்ச்சியில் துள்ளிக் குதித்துக் கொண்டிருந்த போது நன்றாகத் தான் இருந்தது . புதிய ஆசிரியர்கள், புதிய பள்ளிக்கூடம் சிறப்பாக இருந்தது. மாலை நேரம் பள்ளி விட்டதும் தோழிகளுடன் சேர்ந்து கவனமாகப் பேருந்தில் ஏறி வீட்டிற்கு வர இருவரின் பெற்றோரும் அறிவுறுத்தியிருந்தனர். மாலை 4.00 மணிக்கு பள்ளி விட்டதும் மகிழ்ச்சியாகத் தோழிகள் எல்லோரும் பேருந்து நிலையத்திற்கு நடந்து வந்து கொண்டிருந்தனர். அப்போதுதான் கமலிக்குப் பள்ளியில் மறந்து வைத்துவிட்டு வந்த தமிழ்ப்புத்தகம் நினைவுக்கு வந்தது.

குமரலிங்கத்திற்குப் பேருந்து வசதி குறைவாகத்தான் இருந்தது. ஒரு பேருந்தை விட்டுவிட்டால், அடுத்த பேருந்து வர ஒரு மணி நேரத்திற்கும் மேலாகும். கமலிக்கு என்ன செய்வதென்று புரியவில்லை. இன்னும் ஐந்து நிமிடத்தில் பேருந்து நிலையத்தை அடைந்து விடலாம். என்ன- செய்வதெனப் புரியாமல் தன் தோழி ராணியிடம், “ தமிழ்ப்புத்தகத்தை வகுப்பறையிலேயே மறந்து வைத்து விட்டேன். நான் போய் எடுத்து வருகிறேன். எனக்காகக் காத்திரு” என்று சொல்லிவிட்டு பதிலுக்குக் காத்திராமல் வேகமாகப் பள்ளியை நோக்கி ஓடினாள் கமலி. ராணிக்கு

என்ன சொல்வதென்று தெரியவில்லை. ராணியின் அம்மா மிகவும் கண்டிப்பானவர். சரியான நேரத்திற்கு வீட்டிற்கு வரவி;ல்லையென்றால் கண்டிப்பார். பயந்து கொண்டே கமலிக்காகப் பேருந்து நிலையத்தில் ராணி நின்று கொண்டிருந்தாள். மற்ற தோழிமார்களிடம் கமலி வரும் வரை காத்திருக்கலாம் எனச் சொல்ல, எல்லோரும் சரி என்பதாகத் தலையாட்டினார். வழக்கமாக 4.30 மணிக்கு வரும் பேருந்து அன்று 4.15 மணிக்கே வந்து விட்டது. பேருந்தைப் பார்த்ததும் தோழிமார்கள், " வா, போகலாம். கமலி அடுத்த பேருந்தில் வரட்டும்" என்றனர். ராணிக்குப் போகலாம் எனத் தோன்றினாலும், கமலி தனியாக எப்படி வருவாள் என யோசித்து, வரவில்லை என்று சொல்லிவிட்டாள்.

ராணிக்கு பேருந்து எடுப்பதற்குள் கமலி வந்து விடுவாள் என்ற நம்பி;க்கை. ஓட்டுநர் பேருந்தை இயக்கி, பேருந்து கிளம்பி சாலையில் ஓட ஆரம்பித்தது. ராணிக்கு அழுகை முட்டிக் கொண்டு வந்தது. உடுமலைப்பேட்டை அவளுக்கும் பழக்கமில்லாத ஊர் தான். கமலியையும் காணவில்லை. பேருந்தும் போய்விட்டது. பதறி;க்கொண்டிருந்தாள். தெரியாத ஊரில் மாட்டிக் கொண்டோமே! என்ன செய்வதெனப் புரியாமல் தவித்துக் கொண்டிருந்தாள். அப்போது அவள் முதுகில் யாரோ கை வைக்க, நடுக்கத்துடன் திரும்பினாள். ராணியின் பெரியம்மா சந்தைக்கு வந்துவிட்டு, பேருந்து நிலையம் வந்தபோது, பேருந்து வழக்கமான நேரத்திற்கு முன்பாகவே சென்றுவிட்டதையறிந்து, திரும்பிப் பார்;த்தபோது ராணியைப் பார்த்துவிட்டார். " ராணி, என்னாச்சு" எனக் கேட்க, பெரியம்மாவிடம் ராணி அழுதுகொண்டே எல்லாவற்றையும் சொன்னாள். பெரியம்மா சமாதானப்படுத்தினார். அதே நேரம் கமலியும் பயத்துடன் வந்து சேர்;ந்தாள். ராணி போயிருப்பாளோ? பேருந்து போயிருக்குமோ? என்ற சந்தேகத்துடன் வந்தவளுக்கு ராணியைப் பார்த்ததும் மகிழ்ச்சி. ராணிக்கு இப்போதுதான் நிம்மதி. கமலிக்கு வருத்தமாக இருந்தது. "கோபிக்காதே. ராணி. என்னோட கவனக்குறைவால் தாமதமாயிருச்சு" எனச் சொல்லி வருத்தப்பட்டாள். " பரவாயில்லை கமலி. இனிமேல் பள்ளியை விட்டுக் கிளம்பும் போதே, புத்தகப்பையில் எல்லாம் இருக்கிறதா? எனப் பார்த்து விட்டுக் கிளம்பவேண்டும்" எனச் சொல்லி, தன் பெரியம்மாவைக் காட்டி, நாம் பயப்படவேண்டியதில்லை என்பதாகச் சைகை காட்டினாள்.

ராணியின் பெரியம்மா, ராணியின் அம்மாவிடமும், கமலியின் அம்மாவிடமும் தன் கையிலிருந்த அலைபேசி மூலம் தகவல் தெரிவி;த்துவிட்டார். ராணியையும் கமலியையும் பார்த்து, " நீங்கள் எதற்கும் பயப்படாதீர்கள். இது போன்ற சூழ்நிலைகளில் நிதானமாக இருக்க வேண்டும். பேருந்து நிலையத்திற்குள் காவல் நிலையம் உள்ளது. அங்கு சென்று காவலர்கள் உதவியுடன் அலைபேசி மூலமாக வீட்டிற்குத் தகவல் தெரிவிக்கலாம். மேலும் வேறு ஏதாவது பிரச்சினைகள் இருந்தாலும் புகாரளிக்க எண்கள் இருக்கிறது" எனச் சொல்லி, அந்த எண்களைக் கூறினார். அப்போது, இருவரும் அந்த எண்களைக் குறிப்பேட்டில் எழுதிக்கொண்டனர். ராணிக்கும் கமலிக்கும் பெரியம்மா தின்பண்டங்கள் கொடுக்க, இருவர் முகத்திலும் புன்னகை. அதே நேரம் குமரலிங்கம் செல்லும் பேருந்து ஒன்று ஒலியெழுப்பிக் கொண்டே பேருந்து நிலையத்திற்குள் வந்து நின்றது.

11

ரத்தக்கட்டு மந்திரம்

கோவிந்தசாமியின் மனம் அன்று வழக்கத்திற்கு மாறாக அதிகமாகத் துடித்துக்கொண்டிருந்தது. இன்னும் கொஞ்சநேரத்தில் அண்ணன் ரங்கசாமி வந்துவிடுவார். அவரை எப்படிச் சமாளிப்பது, புரியாமல் யோசித்துக்கொண்டிருந்தார். இருந்தாலும் தான் செய்வது தவறில்லை என்பதை அவரது அடிமனம் சொல்லிக் கொண்டிருந்தது. தந்தையாக நின்று தன்னை வளர்த்த அண்ணன் சொல்லியது மனக்காட்சியில் வந்துபோனது.

ரங்கசாமி வீட்டிற்குள் வந்தும் வராததுமாக,“ டேய், கோவிந்தா, என்னடா செய்யப்போற? ” எனக் கேட்ட கேள்வி கோவிந்தசாமியைத் திகிலடையச் செய்தது. இதுவரை அண்ணன் சொல்லுக்கு மறுசொல் சொன்னது கிடையாது. ஆனால், இன்றோ சொல்ல வேண்டியது கட்டாயம். மனதில் பட்டதைச் சொல்லிவிடலாம் என நினைத்துப் பேசத் தொடங்கினார். “ இல்லண்ணா! அவன் படிக்கோணும்னு சொல்றான். புள்ளைகளும் தம்பியப் படிக்க வையுங்கப்பான்னு சொல்றாங்க, செலவுக்கு காட்டுவேலைக்குப் போயாவது காசு கொடுக்கறமுன்னு சொல்றப்ப...” எனச் சொல்லி நிறுத்தினார். “ கழுதையக் கேட்டாடா பொதிவெக்கணும், நாமா சொன்னா அவுங்க கேட்கணும். அதவிட்டுட்டு, அவன் சொல்றான் இவன் சொல்றான்னு பேசிகிட்டுத் திரியாத. என்னோட அனுபவத்துல சொல்றன். பேசாம கல்யாணத்துக்குச் சமைக்கப் போற குப்புசாமியோட வேலைக்கி அனுப்பு, சீக்கிரமா தொழிலப் பழகிக்-

குவான். எம் பசங்கள அனுப்பலயா. உனக்குத் தெரியாதா? இப்ப முடிவா என்ன சொல்ற?'' பொரிந்து தள்ளினார் ரங்கசாமி.

“ கிருஷ்ணன் நல்லாப்படிக்குறாண்ணா. அவுங்க வாத்தியாரும் மேல்படிப்பு படிக்க வையுங்கண்ணு சொல்றாரு. என்ன செலவான்னாலும் பரவாயில்ல. என் தலய அடமானம் வெச்சாவது படிக்க வெக்க-லாம்னு•••''. “ ஒன் தலய எவன்டா அடமானத்துக்கு வாங்குறான். குடிக்கிறது கூழு; கொப்புளிக்கிறது பன்னீரா. இங்க சோத்துக்கே திண்-டாட்டம். போதுண்டா சாமி! சவுரியம்போல என்னமோ செய்யி, எக்-கேடோ கெட்டுப்போ'' ஆவேசமாகத் திட்டிவிட்டு வீட்டின் பின்பகுதியில் கட்டப்பட்டிருந்த ஆடுகளுக்குத் தீனி போடுவதற்கு ரங்கசாமி சென்று விட்டார். ரங்கசாமியின் மனைவி செல்லம்மாளும் சமையலறைக்குள் சென்று விட்டாள். கோவிந்தசாமி தன் மனைவி குப்புத்தாயிடம், “ இப்ப என்ன செய்யிறது'' எனக்கேட்க பதில் சொல்ல முடியாமல் அவளும் தவித்தாள். கோவிந்தசாமி என்னசெய்வதெனத் தெரியாமல் வெளியே கிளம்பினார். அந்த நேரத்தில் வேலைக்குச் சென்றுவிட்டு வீட்டுக்குத் திரும்பிய நாராயணனும், பலராமனும் வழியில் சோகமாய்ச் சென்று கொண்டிருந்த சித்தப்பா கோவிந்தசாமியைப் பார்த்துவிட்டு வேகமாக வந்தனர். “ என்னாச்சு சித்தி, அப்பா சித்தப்பாவை எதுனாச்சும் சொன்-னாரா. நாங்க வர்றதக்கூட பாக்காம சித்தப்பா போய்கிட்டிருந்தாரு•••'' பலராமன் கேட்க , குப்புத்தாய் நடந்ததைச் சொல்லிமுடித்தாள். கேட்டு-விட்டு இருவரும் வீட்டுக்கு வெளியே வந்தனர்.

“ டேய், நாரயணா! நமக்குத்தான் படிப்பு வரல. தம்பி நல்லாத்தான் படிக்கிறான். அப்பா ஏன்டா தடுக்குறாரு''. “பெரிய தங்கச்சி வேற கல்-யாணத்துக்குத் தயாரா இருக்குது. இவனையும் படிக்க வச்சா காசுக்கு கடன்தான் வாங்கணும். அதுதான் அப்பா வேண்டாங்குறாரு'' என்றான் நாராயணன். பிறகு இருவரும் வீட்டுக்குள் சென்றுவிட்டனர். குப்புத்தாய் கடைக்குச் சென்றாள். வீடு திரும்பும் நேரத்தில் பெரியவள் வேணியும், சின்னவள் ருக்குமணியும் காட்டுவேலைக்குச் சென்றுவிட்டு வந்து கொண்டிருந்தனர். “ அம்மா'' என வேணி அழைக்க சோகமுகத்தோடு காட்சியளித்தாள் குப்புத்தாய். “ ஏம்மா, என்னாச்சு உம்மூஞ்சி வாடிக்-கெடக்குதே'' சின்னவள் கேட்டாள். பெரியப்பாவும் அப்பாவும் பேசிய-

தைத் தெரிந்து கொண்டனர். வீட்டிற்குள் வந்ததும் வராததுமாக பெரியவளுக்கும் சின்னவளுக்கும் அழுகை முட்டிக்கொண்டு வந்தது. “ அழுகாதீங்கடி, இப்ப என்னாச்சு. வீடுன்னு இருந்தா எல்லாந்தான் இருக்கும். எல்லாத்தையும் அப்பா பாத்துக்குவார். இப்படியா பொட்டாப்புள்ளைங்க எடுத்ததுக்கெல்லாம் அழுகறது. போற வீட்டுல இப்படியிருந்தா என்னத்தான், புள்ள பெத்து வச்சிருக்கா பாருனு திட்டுவாங்க ” எனச் சொல்லி சமாதானப்படுத்தினாள் குப்புத்தாய். நண்பர்களுடன் சென்றுவிட்டு வீட்டுக்குத் திரும்பிய கிருஷ்ணனுக்கு வீட்டில் இருந்தவர்கள் நடந்தது எதையும் சொல்லவில்லை. கோவிந்தசாமி நினைத்தபடியே மகனைப் படிக்கவைக்க வெளியூருக்கு அனுப்பிவைத்தார். எல்லோரிடமும் சொல்லிக்கொண்டு படிக்கச் சென்ற கிருஷ்ணன் குடும்பக்கஷ்டத்தைத் தெரிந்து கல்லூரிக்குச் சென்றுவிட்டு வந்த நேரத்தில் பகுதிநேரமாக ஒரு புத்தகக்கடையில் வேலை பார்த்தான். வேலைக்குச் செல்வதைப்பற்றி வீட்டில் யாருக்கும் சொல்லவில்லை. அப்பாவிற்குத் தெரிந்தால் வருத்தப்படுவார் என நினைத்து மாதாமாதம் அவர் அனுப்பிய பணத்தைப் பெற்றுக்கொள்வான். தான் சம்பாதித்த பணத்தை சேர்த்துவைத்திருந்தான். விடுமுறைக்குக் கூட வீட்டிற்கு வருவதைக் குறைத்துக் கொள்வான். வீட்டிலுள்ளவர்கள் நம்பும்படியாகப் பொருத்தமாக ஏதேனும் ஒரு காரணத்தைச் சொல்லி மழுப்பி விடுவான்.

தம்பி தன் பேச்சை மீறிவிட்டதால் அன்றிலிருந்து ரங்கசாமி முகம் கொடுத்துப் பேசுவதில்லை. சாடைமாடையாகத்தான் பேசுவார். கோவிந்தசாமி எவ்வளவோ முயன்றும் பேசமுடியவில்லை. கிருஷ்ணனும் நல்ல மதிப்பெண்கள் பெற்று ஒரு நிறுவனத்தில் வேலைக்குத் தேர்வாகியிருந்தான். இன்னும் ஒன்றிரண்டு மாதங்களில் வேலைக்கு வர அழைப்பு வந்துவிடும். கல்லூரியில் தன்னுடன் பயின்ற நண்பர்களிடம் விடைபெற்றுக் கொண்டு சொந்த ஊருக்கு வந்துசேர்ந்தான். கோவிந்தசாமி கிணறு வெட்டச் சென்றுவிட்டு களைப்போடு திண்ணையில் அமர்ந்திருந்தார். தங்கை கிருஷ்ணம்மாள் தன்மகன் குமரவேலுக்குப் பெண்கேட்டு வந்திருந்தாள். கோவிந்தசாமி அண்ணனிடம் பேசச்சொன்னார். “ அண்ணா, எம் பையனுக்கு நம்ம வேணியைக் கட்டிக்குடுங்கண்ணா” எனக்கேட்டாள் கிருஷ்ணம்மாள். “ எங்கிட்டக் கேட்கறியே சின்னவன்கிட்ட கேளு” என்றார் ரங்கசாமி. “ சின்ன அண்ணன்; உங்ககிட்ட

கேட்கச் சொன்னாரு" . "ஆமா, அவன் எல்லாத்தையும் எங்கிட்ட கேட்டுட்டுத்தான் செய்வானாமா? " எனச் சொல்லிவிட்டு, சரியெனத் தலையாட்டினார் ரங்கசாமி. தன்னுடைய சேமிப்பையும் தம்பி மகள் திருமணத்திற்குப் பயன்படுத்தினார். நல்லபடியாகக் கல்யாணம் நடந்து முடிந்தது.

பெரியவளைக் கட்டிக்கொடுத்தவுடன் வருமானம் கையைக் கடித்தது. அண்ணனுக்குத் தெரியாமல் ஏற்கனவே கந்துவட்டி கந்தசாமியிடம் கல்யாணத்துக்குக் கடன்வாங்கியிருந்தார் கோவிந்தசாமி. இதைக் குப்புத்தாயிடமும் சொல்லவில்லை. வழக்கம் போல் அவரவர் வேலைகளுக்குச் சென்றுவிட்டனர். படித்துமுடித்திருந்த கிருஷ்ணனுக்கு வேலை கிடைக்கும்வரை வீட்டில் வெட்டியாக இருக்க விருப்பமில்லை. அவன் மட்டும் வீட்டில் தனியாக இருந்தான். அப்பாவிடம் கேட்டுவிட்டு வேலைக்குச் செல்ல நினைத்துக் கொண்டிருந்தான். அப்போது யாரோ வரும் காலடி ஓசை கேட்கவே வெளியே சென்று பார்த்தான். வெள்ளை வேட்டி, சட்டையில் கம்பீரமாக ஒருவர் வந்திருந்தார். அவரை எங்கோ பார்த்தது போன்று தோன்றியது. " வாங்க!. உங்களுக்கு யார், வேணும்." " கோவிந்தன் வீட்ல இல்லையா கண்ணு?. " அவரு வேலைக்குப் போயிருக்காருங்க. எதுனாச்சும் முக்கியமான சேதியா?. எங்கிட்ட சொல்லுங்க நான் சொல்லிர்றன்" என்றான். வந்தவர் கைகளைப் பிசைந்து கொண்டு நின்றார். பின்னர் ஏதோ யோசனை செய்துவிட்டு, " மாடிவீட்டு கந்தசாமி வந்துட்டுப் போனன்னு. சொல்லிரு" எனச் சொல்லிவிட்டு நடையைக் கட்டினார். இப்பொழுது கிருஷ்ணனுக்குத் தெரிந்துவிட்டது, வந்தவர் கந்துவட்டி கந்தசாமி. பண விசயத்தில் ரொம்பக் கறாரானவர். சொன்ன தேதியில் வட்டி கொடுக்காவிட்டால் சந்தி சிரிக்க வைத்துவிடுவார். கிருஷ்ணனின் மனதில் பதற்றம் தொற்றிக் கொண்டது. கல்லூரியில் படிக்கும் காலத்தில் சேர்த்து வைத்திருந்த பணத்தைக் கொடுத்துவிடலாம் பிரச்சினையில்லை எனத் தனக்குள் சொல்லிக் கொண்டான்.

சிலமணிநேரத்தில் வீட்டிற்கு கோவிந்தசாமி மட்டும் வந்தார். கிருஷ்ணன் இதுதான் சரியான நேரம், இருந்தாலும் கடன் வாங்கியதை அப்பாவிடம் எப்படிக் கேட்பதெனத் தெரியாமல் நின்று கொண்டிருந்தான். " என்னப்பா! கிருஷ்ணா ஆழமா யோசிச்சிகிட்டிருக்க போல. வீட்ல தனியா இருக்க கஷ்டமாயிருக்குதா. படம்கிடம் பாத்துட்டு வா. எவ்வ-

ளவு பணம் வேணும்'' எனக்கேட்க தன் துயரத்தை மறைத்துக் கொண்டு பேசுவது தெரிந்து நெகிழ்ந்து போனான் கிருஷ்ணன். " படத்துக்கெல்லாம் நான் போகலப்பா. இன்னும் ஒரு மாசத்துல வேலைக்குப் போயிருவன். அதுவரைக்கும் சின்னக்காகூட ஏதாச்சும் காட்டுவேலைக்குப் போறன்பா''. கிருஷ்ணனிடமிருந்து இப்படியொரு பதிலை கோவிந்தசாமி எதிர்பார்க்கவில்லை. " என்னப்பா, பொசுக்குனு இப்படி என் தலயில கல்லத்தூக்கிப் போட்டுட்ட. நீ காட்டுவேலைக்குப் போறதுக்கா படிக்கவச்சன்'' மகன் முகத்தைப் பார்த்தார். " இல்லப்பா, எல்லாரும் வேலைக்குப் போயிட்டு வர்றப்ப பொழுதுசாஞ்சு போயிருது. அதனால கொஞ்ச நாள் மட்டும் போறேனே...''. " வேண்டாம்பா. நாங்க பட்ற கஷ்டம். எங்களோடயே போகட்டும் நீயும் அதப்படவேண்டாம்.'' என்றார் கோவிந்தசாமி. "வீடு இருக்கிற நிலைமையில நானும் வேலைக்குப்போன ஒங்களுக்கு கொஞ்சம் ஒத்தாசையாயிருக்கும்'' எனக் கூறிவிட்டு , " அப்பா நம்ம வீட்டுக்கு மாடிவீட்டு கந்தசாமி வந்துட்டுப்போனாருப்பா...'' எனச் சொல்ல கோவிந்தசாமிக்குத் திருடனுக்குத் தேள் கொட்டியது போல் இருந்தது. அவரது மனம் பல கேள்விகளைக் கேட்டுக் கொண்டது. " அய்யோ, வந்தவன் சொல்லிட்டுப் போனானோ. இதுநாள் வரைக்கும் சம்பாரிச்சு வெச்ச பேரு கெட்டுப்போச்சே'' என முனகிக் கொண்டு பதற்றமானார். " யாருப்பா, அந்தக் கந்தசாமி. நம்மூர்தான அவரு'' எனக்கேட்க,'' சுதாரித்துக்கொண்ட கோவிந்தசாமி, " என்னப்பா, சொன்னாரு'' வேறொரு பக்கம் முகத்தைத் திருப்பிக் கொண்டு கேட்டார். " சும்மா அப்படியே இந்தப்பக்கம் வந்தாராம். நீங்க இருக்கீங்களானு கேட்டாரு. வேறொன்னும் சொல்லல.'' கிருஷ்ணன் சொல்ல பெருமூச்சு விட்டார். போன உயிர் திரும்பவந்தது போல இருந்தது. " அவன்... என் நண்பன்தாம்பா. நம்ம வீட்டுவழியாப் போனா. என்னப் பாக்கவருவான் வேறொன்னுமில்ல'' எனப் போலிச்சிரிப்பு சிரித்தார். " அப்பா, அதுவந்து...'' " வேலைக்குப் போறதுன்னா பாத்து சூதானமா செய்யனும்பா. நீ வேற வீட்ல பொழுதுபோகாம என்ன செய்வ, சரி போ, அப்புறமா வந்து...'' உளறிக் கொட்டிவிட்டு ஏதோ அவசரவேலை இருப்பதைப் போல பாவலா காட்டிவிட்டு வேகமாக வெளியே சென்றுவிட்டார்.

கிருஷ்ணன் அப்பா கடன் வாங்கியிருப்பதை அவரது பேச்சிலிருந்தே தெரிந்து கொண்டான். உடனே பரண்மேலிருந்த புத்தகப்பையில் சேமித்து வைத்திருந்த பணத்தை எடுத்துக்கொண்டு கந்தசாமி வீட்டுக்கு யாருக்கும் தெரியாமல் கிளம்பினான். நல்ல வேளை ஊருக்குள் வேலைக்குச் சென்றிருந்தவர்கள் யாரும் திரும்பாததால் கிருஷ்ணனுக்கு வசதியாக இருந்தது. அங்கொன்றும் இங்கொன்றுமாய் சில பெரிசுகள் மட்டும் திண்ணைகளில் உட்கார்ந்து கொண்டு வெற்றிலை பாக்குப் போட்டுக் கொண்டு கதையடித்துக் கொண்டிருந்தனர். ஊர் விசயங்கள் எல்லாம் திண்ணைகளில்தான் பேசப்படும். கந்துவட்டிக்காரர்களைவிட அதிகம் இந்தப் பெரிசுகளுக்குத்தான் பயப்பட வேண்டும். வயதான பெண்ணொருத்தி மற்றொருத்தியிடம் குசலம் பேசிக்கொண்டிருந்தது கிருஷ்ணன் காதில் விழுந்தது. “ அடியே! உனக்கு சேதி தெரியுமா! மேக்குத்தெரு சரசா புள்ள எவனோடயோ ஓடிப்போயிட்டாளாமா? ”. இவர்கள் கண்ணில் படக்கூடாதென வேறு தெருவழியாகச் சென்றான். கடன் வாங்க வருபவர்கள் ஒருவரும் இல்லை என்பதைத் தொலைவிலிருந்தே நோட்டம் விட்டுத் தெரிந்துகொண்டான். தனியாக கந்துவட்டி கந்தசாமி மட்டும் இருந்தார். தன் அப்பாவின் கடனில் முக்கால்பாகம் கட்டிவிட்டு, அப்பாவிற்குச் சில மாதங்கள் எதுவும் தெரியவேண்டாம் எனச் சொல்லிவிட்டு வந்துசேர்ந்தான்.

அடுத்தநாள் காலையில் ருக்குமணியுடன் சேர்ந்து வயல் அறுவடைக்குச் செல்ல தயாரானான். வீட்டில் உள்ளவர்களைச் சமாளித்தான். அரைமனதுடன் அவர்களும் ஒத்துக்கொண்டனர். “ தம்பி, உன்னால முடியாதுடா? அக்கா சொன்னா கேக்கமாட்டியா? எப்படிடா அறுக்கப்போற” ருக்குமணி பரிதாபமாகக் கேட்டாள். “ இதிலென்னக்கா இருக்குது. கண்ணுப்பாத்தா,கை செய்யுது. அம்மா நெல்லறுக்கறதை நான் பாத்திருக்கிறன். கவலப்படாத இன்னும் கொஞ்சநாள்தான்...” என்றான் கிருஷ்ணன். குடும்பச்சூழ்நிலையால் மேற்கொண்டு அவளால் வேறெதுவும் பேச முடியவில்லை. வயல்காட்டில் கிருஷ்ணனைப் பார்த்தவர்கள் விசாரிக்க ஆரம்பித்தனர். “ ஏப்பா, கிருஷ்ணா படிச்சுட்டு இந்த வேலைக்கு வர்றயே. அரசாங்க வேலைக்கு எழுதிப்போட்டுட்டியா” . இப்படிக் கேட்டவர்கள் ஒவ்வொருவரையும் சமாளிப்பதற்குள் கிருஷ்ணனுக்குப் போதும் போதுமென்றாகிவிட்டது.

சிறுவயதில் கிருஷ்ணனோடு படித்து, படிப்பு வராமல் நின்றுவிட்ட சீரங்கன் ஒட்டிக்கொண்டான். கிருஷ்ணனுக்குப் பேச்சுத்துணைக்கு ஆள் கிடைத்துவிட்டது. ருக்குமணி பக்கத்திலேயே நின்றுகொண்டு, " தம்பி, வயலுக்குள்ள கால் வெக்கறப்ப சூதானமா வெய்யி, பூச்சிபொட்டு ஏதாவது இருக்குப்போகுது...". " அக்கா நீ அந்தப்பக்கம் போ, சீரங்கன் இருக்கறான். என்ன நல்லாப் பாத்துக்குவான்" சரியெனத் தலையாட்டிவிட்டு சற்று தொலைவில் நெல்லறுக்க ஆரம்பித்தாள். அடிக்கொருமுறை தம்பியைப் பார்த்துக் கொண்டே வேலை செய்தாள். வயலுக்குள் இறங்கிய கிருஷ்ணன் பலவருட அனுபவம் உள்ளவர்கள் போல் அறுக்க ஆரம்பித்தான். அங்கிருந்தவர்கள் ஆச்சர்யமாக நின்று பார்த்துவிட்டு தங்களது வேலையில் மூழ்கினர்.

திடீரென்று, " அய்யோ!" என்ற குரல் கேட்டது. ருக்குமணிக்கு தூக்கிவாரிப்போட்டது போல் இருந்தது. தம்பி என்று கத்திக் கொண்டு ஓடி வந்தாள். கதிரறுவாள் பட்டு ராசப்பன் கையில் ரத்தம் வர நின்றிருந்தான். ருக்குமணி சற்று ஆறுதலடைந்தாள். கூட்டம் கூடியது. அருகில் இருந்த கிருஷ்ணன் ராசப்பன் கையைப்பிடித்து காயத்தின் மேல் ஊதினான். பத்துநிமிடத்தில் ரத்தம் நின்றுபோனது. வாயைக் குவித்து ஊதியதைப் பார்த்தவர்கள், மந்திரம் சொல்லி ரத்தத்தை நிறுத்தியதாகச் சொல்லிக் கொண்டனர். கிருஷ்ணனுக்கு ரத்தக்கட்டு மந்திரம் தெரியுமெனப் பேசிக்கொண்டனர். தனக்குள் சிரித்துக் கொண்டான் கிருஷ்ணன். தனக்கு எந்த மந்திரமும் தெரியாது என்பதை சீரங்கனிடம் தெரிவித்தான். " கம்முனு இரு. சும்மா ஔறாத. ஓனக்கு ரத்தக்கட்டு மந்திரம் தெரியாதுனு யாருகிட்டயும் சொல்லாத. இவுங்க பாராட்டறதே பெருசு" என்றான். வேலை முடிந்து ருக்குமணியும் கிருஷ்ணனும் வீட்டிற்கு வருவதற்குள் ஊருக்குள் மந்திரத்தகவல் பரவியிருந்தது. வேலைக்குச் சென்று கொண்டிருந்த நாட்களில் ஒருநாள் ருக்குமணி அப்பாவும் பெரியப்பாவும் பேசிக்கொள்ளாததை உளறிவிட்டாள். தன்னால் அப்பாவும் பெரியப்பாவும் பேசிக்கொள்ளாமல் இருக்கிறார்களே என்பதை நினைத்து வருந்திய கிருஷ்ணன், இருவரையும் சேர்த்து வைக்க வாய்ப்புக்காகக் காத்துக் கொண்டிருந்தான். கந்தசாமியிடம் வாங்கிய கடனில் மீதித்தொகையையும் கட்டிவிட்டு கடன்பத்திரத்தையும் வாங்கிவிட்டான்.

இரண்டு மாதங்கள் கழித்து கிருஷ்ணனுக்கு வேலை கிடைத்ததுக்-கான கடிதம் வந்து சேர்ந்தது. அனைவரும் மகிழ்ச்சியடைந்தனர். " அப்பா, எனக்கு வேலை கெடச்சிருச்சி. இனிமே நீங்க வேலைக்கெல்-லாம் போக வேணா. நாம நாலு பேரும் எனக்கு வேலை கெடச்ச ஊருக்குப் போயிரலாம்" என்றான். கோவிந்தசாமியின் முகத்தில் கோபம் தாண்டவமாடியது. ரங்கசாமி சிலையாக நின்றார். இப்படியொரு பேச்-சினை யாருமே எதிர்பார்க்கவில்லை. " என்னடா சொல்ற, எங்க அண்-ணனை விட்டுட்டு வர்றதா. உசுரே போனாலும் எங்கண்ணன் இருக்கற பக்கந்தான் நாங்க இருப்பம். நீ வேணா போயிரு" ஆத்திரத்தைக் கட்-டுப்படுத்திக் கொண்டு கோவிந்தசாமி பேசினார்.

ரங்கசாமிக்கு தம்பியின் பேச்சு கண்ணீரை வரவழைத்தது. தம்பியை ஓடி வந்து கட்டிக்கொண்டார். இருவரும் கட்டித்தழுவிக் கொண்டனர். கிருஷ்ணன் திட்டம் நிறைவேறியதில் மகிழ்ந்தான். அப்பாவையும் பெரி-யப்பாவையும் சேர்த்து வைக்கவே இப்படிப் பேசியதாகச் சொல்ல எல்-லோரும் ஆனந்தமடைந்தனர். ரங்கசாமி கிருஷ்ணனைப் பெருமிதத்-தோடு பார்த்தார். " மன்னிச்சுடுங்க பெரியப்பா". " எதுக்கு சாமி. நீதான் இந்தப் பெரியப்பனை மன்னிக்கனும். படிக்கவெக்க வேண்டானு சொன்-னதுக்கு..." கண்கலங்கிய ரங்கசாமியை கிருஷ்ணன் தழுவிக்கொண்டு, " பெரியப்பா, நீங்க நம்ம குடும்பக்கஷ்டத்துலதான் அப்படிச்சொன்னீங்க. விடுங்க பெரியப்பா" என்றான். அதே நேரத்தில் கந்தசாமியிடம் வாங்கிய கடனைக் கட்டிவிட்டதாகக் கிருஷ்ணன் தந்தையின் காதில்; போட்டான். மகனைத் தழுவிக் கொண்டார். தன் அண்ணனுடன் பேச வைத்தது அதைவிடப் பெரிய மகிழ்ச்சியை கோவிந்தசாமிக்குத் தந்தது. கிருஷ்-ணனுக்கு ரத்தபந்தத்தைப் பிரியாமல் கட்டி வைக்கும் இந்த ரத்தக்கட்டு-மந்திரம் மட்டும் தெரிந்துதான் இருந்தது.

12

திருவினை

சேவல் கூவும் நேரத்தில் உறங்கிக் கொண்டிருந்த தியாகராஜன் " ஐயோ" என்று அலறிக் கொண்டு எழுந்தான். சத்தத்தைக் கேட்ட ரமணி சமையலறையிலிருந்து வேகமாக ஓடிவந்தாள். " என்னாச்சுங்க, என்னாச்சுங்க. ஏன் சத்தம் போடறீங்க உடம்பு சரியில்லையா?" அவள் கேட்ட கேள்விக்கு பதில் வரவில்லை. சில நிமிடங்கள் பேசவேயில்லை, அவன் முகத்தில் குழப்பரேகைகள் படர்ந்திருந்தன. அவனைப் பிடித்து உலுக்கவே சுயநினைவிற்கு வந்தான். " நான் எப்படி இங்க வந்தேன்" அப்பாவியாகக் கேட்டான். ரமணிக்கு எரிச்சலாய் வந்தது. " அதுவந்து ஒரு வெள்ளக் காக்கா உங்களைக் கவ்விக் கொண்டாந்து போட்டுட்டுப் போயிருச்சு" கடுப்பைக் காட்டினாள். அவன் யோசனையில் ஆழ்ந்தான். பிறகு நினைவு வந்தவனாய், " ஒரு கெட்ட கனவு" என்றான். ரமணிக்கு அடுப்பில் வதக்கிக் கொண்டிருந்த அவரைக்காய் தீய்ந்து கருகலான நாற்றம் வரவே வேகமாக சமையலறைப் பக்கம் ஓடினாள். அப்போது தியாகராஜன் கடிகாரத்தைப் பார்த்தான். மணி ஐந்தைக் காட்டியது. " காலங்காத்தால கண்ட கனவு பலிக்கும்னு சொல்வாங்களே" வாய்விட்டுச் சொல்லிக் கொண்டே படுக்கையிலிருந்து எழுந்தான்.. இன்று நேரமே கிளம்ப வேண்டும் முதலாளி ஏழு மணிக்கெல்லாம் வரச் சொல்லியிருந்தார். இப்பொழுதிருந்து கிளம்பினால்தான் சரியாக குறிப்பிட்ட நேரத்திற்குச் செல்லமுடியும். காலைக்கடன் உள்ளிட்ட கடமைகளை முடித்து, குளித்துத் தயாராகி மனைவி இருக்கும் இடத்திற்கு வந்தான்.

“ எல்லா வேலையும் முடிஞ்சுதாடி”. திரும்பிப் பார்த்த ரமணி கோபமானாள். “ உங்களை எப்படித் திருத்தறதுனே தெரியலீங்க. உங்க சத்தத்தைக் கேட்டு ஓடி வந்து காய் கருகிப் போச்சு. எப்பத்தான் இந்தக் கனவு உங்கள விட்டுத் தொலையுமோ” எனச் சொல்லியபடி காலை, மதிய நேரத்திற்குத் தயாரித்த உணவு உள்ளிட்டவைகளைத் தயார் செய்து அவன் பையில் போட்டுக் கொடுத்தாள். வாங்கிக் கொண்டு மனைவியிடம் சொல்லிவிட்டு வீட்டை விட்டு அலுவலகத்திற்குக் கிளம்பினான். ஒரு வழியாக அவன் அலுவலகத்திற்குள் நுழைவதற்கும் முதலாளி தன் வாகனத்தை விட்டு இறங்கி வருவதற்கும் சரியாக இருந்தது. நிம்மதிப் பெருமூச்சு விட்டான். அவனுக்கு முன்பாகவே எல்லோரும் அங்கு வந்திருந்தார்கள். முதலாளி வேகமாக அவரது அறைக்குச் சென்று கொண்டிருந்தார். பணியாளர்கள் இருக்கையிலிருந்து எழுந்து வணக்கம் சொல்லியதை அவர் கவனிக்கவில்லை. எப்பொழுதும் அவர் இதுபோன்று நடந்து கொண்டதில்லை. இன்று வேலை அவசரம் என்பதால் யாரும் இதைப் பெரிதாக நினைக்கவில்லை.

பணியாளர்கள் அனைவரும் பரபரப்புடன் வேலையில் மும்முரமாக ஈடுபட்டிருந்தனர். ஒருவரையொருவர் நிமிர்ந்து பார்க்கவும் முடியாமல் வேலை நடந்து கொண்டிருந்தது. முக்கியமான பணிகளைக் கவனிக்கும் பொறுப்பு தியாகராஜனுக்கு வழங்கப்பட்டிருந்தது. ஒருமணி நேரம் கழித்து முதலாளி தன் அறைக்கு தியாகராஜனை வரச் சொன்னதாக எடுபிடி வேலைபார்க்கும் ஒருவன் சொல்லிவிட்டுப் போனான். படபடப்பாக இருந்தது. முதலாளி என்னவேலை கொடுக்கப் போகிறாரோ? என்ற சிந்தனையோடு அவரது அறைக்குள் அனுமதி பெற்று நுழைந்தான். வணக்கம் சொன்னான். வழக்கமான சம்பிரதாய வணக்கத்துக்கு அவரும் தலையாட்டிவிட்டு விசயத்தைச் சொன்னார். “தியாகு, இன்னிக்கு ரொம்பவும் கவனமாக இருக்கணும். நம்ம அலுவலகத்துக்கு வரப்போற அதிகாரி ரொம்பவும் கண்டிப்பானவர். அவரை நல்லபடியா கவனிச்சுகிட்டதான் நமக்கு பிரச்சனை வராது. உங்களுக்குச் சொல்லவேண்டியதில்ல. நீங்க நல்லபடியா எல்லாத்தையும் செஞ்சு முடிப்பீங்கனு எனக்கு நம்பிக்கை இருக்கு” எனச் சொல்ல தியாகராஜனுக்கு பதற்றம் அதிகரித்தது. தன் இருக்கைக்குச் சென்று முக்கியமான ஆவணங்களை தன் மேசையின் மீது எடுத்து வைத்துக் கொண்டிருந்தான். அப்போதுதான் நேற்று

வீட்டிற்குக் கொண்டுபோயிருந்த ஆவணம் ஒன்றை மறந்து வைத்து-விட்டு வந்தது நினைவுக்கு வந்தது. ரத்தஅழுத்தம் அதிகமாகிக் கொண்-டிருந்தது. இனி என்ன நடக்குமோ, முதலாளி சொன்ன ஒவ்வொன்றும் காதுக்குள் எதிரொலித்துக்கொண்டிருந்தது.

தனக்கு இனிமேல் இந்த அலுவலகத்தில் வேலை இல்லை என்ற தீர்மானத்துக்கு வந்தான். அதை விட முதலாளி தன்மேல் வைத்திருந்த நம்பிக்கை எனப் பல சிந்தனைகள் புழுவாய்க் குடைந்து கொண்டிருந்-தது. செய்வதறியாது கல்லாய் அமர்ந்திருந்தான். வியர்த்துக் கொட்டியது. அப்போது பணியாள் ஒருவன் வந்தான். அவனை தியாகு கவனிக்-கவில்லை பலமுறை கூப்பிட்டும் தன்னிலை மறந்திருந்தான். அந்தப் பணியாள் பலமாகக் கூப்பிட்டான். நனவுலகிற்கு வந்தான். “ ஏன்? என்னாச்சு முதலாளி கூப்பி;ட்டாரா? பயத்துடன் கேட்டான். “ உங்க மனைவி உங்களப் பாக்க வந்திருக்காங்க” சொல்லிவிட்டு தன் அலுவ-லைப் பார்க்கச் சென்று விட்டான். “ எதுக்கு வரணும். உடம்புக்கு முடி-யாம இருந்த பாட்டி இறந்துட்டாங்களே” தனக்குள்ளே கேள்விகளைக் கேட்டுக் கொண்டே வரவேற்பறைக்கு வந்தான். ரமணியின் கையில் வீட்டில் வைத்துவிட்டு வந்த ஆவணம் இருந்தது. போன உயிர் திரும்ப வந்தது. அவள் ஏதோ சொல்லவர தனக்கு அவசர வேலை எனச்-சொல்லி ஆவணத்தை வாங்கிக் கொண்டு அனுப்பி வைத்தான். அன்-றைய தினம் நல்லபடியாகக் கழிந்தது. வீட்டிற்கு வர இரவு எட்டுமணி-யாகிவிட்டது.

ரமணி பிள்ளைகளுக்குச் சாப்பாடு ஊட்டிவிட்டுக் கொண்டிருந்தாள். வீட்டிற்குள் நுழைந்த தியாகு, “ரமணி நீ மட்டும் இன்னிக்கு அந்த ஆவணத்தைக் கொண்டு வராம இருந்திருந்தா என்னோட வேலை, நல்-லபேரு எல்லாம் போயிருக்கும்” என்றான். “ அதுக்குத்தான் நான் வந்-தப்ப நல்லா கவனீச்சங்களாக்கும்” எனக் கேட்டாள். “ பதட்டத்துல எனக்கு ஒன்னுமே தோணல. நீ தப்பா நெனச்சுக்காத. என்னோட செல்-லத்துக்கு என்னப்பத்தித் தெரியாதா?” கொஞ்சலாகப் பேசிக் கொண்டே அவளருகே வந்தான். “கொழந்தீக இருக்காங்க” ரமணி சொல்ல நிதா-னத்துக்கு வந்தான். இரவு சாப்பாடு முடிந்து படுக்கைக்குச் சென்றனர். காலையில் நடந்த நிகழ்வுகள் மனக்கண்ணில் தெரிந்தது. அதேநேரத்தில்

ரமணி பேசத் தொடங்கினாள். “ஏங்க. நான் சொல்றனு தப்பா நெனக்காதீங்க. மனசுல நெறய விசயங்களப் போட்டு கொழப்பிக்கிறீங்க. அதனாலதான் உங்களுக்குக் கனவு வருது. மனச லேசா வெச்சுக்கங்க. கனவெல்லாம் தானா வர்றதில்ல. நம்ம நெனப்புதான் கனவா வருது” எனச் சொல்ல, “ சரிசரி நான் பாத்துக்கறன். எனக்கு ரொம்ப களைப்பா இருக்கு” எனக்கூறி படுத்துவிட்டான். ரமணிக்கு கணவனை நினைத்துக் கவலையாக இருந்தது.

நாளை விடுமுறை, நண்பர்களுடன் எங்காவது சென்றுவரலாம் என்ற யோசனையில் அப்படியே உறங்கிப் போனான். மறுநாள் பறவைகளின் ஒலியையும், மனிதர்களின் குரல் ஒலியையும் கேட்டு படுக்கையிலிருந்து எழுந்தான். ரமணிக்கு ஓய்வோ, விடுமுறையோ, சம்பளமோ எதுவும் கிடையாது. அவள் பெண்ணாய்ப் பிறந்துவிட்ட காரணத்தால் தனது அன்றாட வேலைகளைக் கவனித்துக் கொண்டிருந்தாள். மனைவிக்கு உதவ ஒருபோதும் தியாகு சிந்தித்ததேயில்லை. ரமணி செக்குமாடுபோல் வாழப்பழகிக் கொண்டாள். “ ரமணி, என்ன பண்ற நான் எழுந்து கால்மணி நேரம் ஆச்சு. குடிக்கிறதுக்கு சூடா ...” எனச் சொல்லி முடிக்கும் முன்பாக அவள் மேசையில் அவனுக்குத் தேவையானதை வைத்துவிட்டுப் போனாள். “ எம் பொண்டாட்டி மாதிரி இந்த உலகத்துல யாரும் கிடையாது. என்னோட மனசத் தெரிஞ்சு நடக்கிற...” புகழ்ந்து கொண்டிருந்தான் தியாகு. “ போதும் போதும் உங்க பாராட்டுப் பத்திரம். என்ன மாதிரி சம்பளம் இல்லாத வேலக்காரி, எங்க கிடப்பா. இப்படிப் பேசிப்பேசியே என்ன இளிச்சவாச்சியா மாத்திட்டிங்க...” மனக்குறையைக் கொட்டினாள். “ ஆரம்பிச்சுட்டியா, உன் ராமாயணத்தை...” சொல்லிவிட்டு குளிக்கச் சென்றுவிட்டான். அவன் குளித்துவிட்டு வெளியே கிளம்பவதற்குள் அவனுக்கான காலை உணவு தயாராக இருந்தது. சாப்பிட்டுவிட்டு வெளியே வந்தவன் எதிரில் திருநங்கை ராணி வந்துகொண்டிருந்தாள். அவள் கையில் தியாகுவின் சட்டை இருந்தது. ஆச்சர்யமாகப் பார்த்துக் கொண்டு நின்றான். “ என்னோட சட்டை... எப்படி...” தியாகு கேட்க, “ உங்களோடதுதான் உங்க வீட்டுக்காரம்மா கொடியில காயப் போட்டிருந்தது. காத்தடிச்சுதல என் வீட்டு வாசல்ல கிடந்துச்சு. நீங்க போறப்ப ஒரு நாள் இந்த சட்டையப் பாத்திருக்கிறன். அதுதான்

கொண்டு வந்து...'' பேச்சுக்குரல் கேட்டு ரமணி வெளியில் வர, தியாகு வீட்டுக்குள் எதையோ மறந்து வைத்துவிட்டதை எடுக்கப் போவதைப் போல் உள்ளே சென்றுவிட்டான். ரமணி நன்றி கூறி ராணியை அனுப்பிவைத்தாள்.

வீட்டுக்குள் வந்தவன் நாற்காலியில் அமர்ந்து தண்ணீர் குடித்துக் கொண்டிருந்தான். உள்ளே வந்தாள் ரமணி, " எங்கயோ முக்கியமான வேலையிருக்குதுனு சொல்லிட்டு இங்க உட்காந்திருக்கீங்க'' எனக் கேட்டவளைக் கோபமாகப் பார்த்தான் தியாகு. அவள் கையில் ராணி கொடுத்துச் சென்ற சட்டை இருந்தது. ஆவேசம் கொண்டவனாய் அந்த சட்டையைப் பிடுங்கி கிழித்தெறிந்தான். " ஏங்க இப்படிப் பண்றீங்க?'' என்றாள். " காலையில அதோட முகத்துல முழிச்சுட்டுப் போனா, போன காரியம் உருப்பட்ட மாதிரிதான். அதையெல்லாம் வீட்டுப் பக்கமே விடாத. சகுனமே சரியில்ல'' கோபமாகக் கத்தி விட்டு வெளியே சென்றுவிட்டான்.

கல்லூரியில் தன்னுடன் ஒன்றாகப் படித்த ரவியின் வீட்டிற்குச் சென்றான் தியாகு. அவசரமாக தன்னுடைய குடும்பத்தோடு எங்கேயோ செல்ல ரவி தயாராகிக் கொண்டிருந்தான். " டேய். ரவி கிளம்பிட்டியாடா?'' கேட்டபடியே ரவியின் வீட்டிற்குள் நுழைந்தான். " வா, தியாகு. என்ன மன்னிச்சிரு தியாகு. ஊர்ல எங்க பாட்டிக்கு இழுத்துகிட்டு இருக்காம். இப்பத்தான் தகவல் வந்துச்சு'' என்றான். " அதனாலென்ன, ரவி போய்ட்டு வா'' எனச் சொல்லிவிட்டு வெளியே வந்த தியாகுவிற்கு ராணியின் மீது எரிச்சலாய் இருந்தது. ' சனியன் . காலங்காத்தால வாசப்படிக்கு வரும் போதே நெனச்சன் ஏதாவது நடக்கும்னு . இதெல்லாம் எதுக்குத்தான் இந்த பூமியில வாழ்ந்திட்டிருக்கோ' மனதுக்குள் திட்டிக்கொண்டே வீட்டிற்கு வந்தான்.

வீட்டுக்குள் ரமணியுடன் பக்கத்து வீட்டு பரிமளா பேசிக்கொண்டிருந்தது தியாகுவின் காதில் விழுந்தது. " பாவம் அந்த ராணி. இன்னிக்கு யாரு வாயில விழுந்துச்சோ. கடைக்குப் போயிட்டு வர்றப்ப எவனோ வண்டில மோதிட்டுப் போயிட்டான். அடிபட்டுருச்சு...'' இதைக்கேட்ட தியாகுவிற்கு அதிர்ச்சியாக இருந்தது. தியாகு வந்துவிட்டதைப் பார்த்த பரிமளா தன் வீட்டுக்குப் போவதாகச் சொல்லிவிட்டுப் போய்விட்டாள். வீட்டுக்குள் நுழைந்த தியாகு சோகமாக வந்து இருக்கையில் அமர்ந்-

தான். “ அதுக்குள்ள வந்துட்டிங்களா? .போன காரியம் என்னாச்சு. உங்க சகுனம் காரியத்த கெடுத்திருச்சா?” எனக் கேட்க கன்னத்தில் அறைந்தது போல இருந்தது. “ ராணிக்கு அடிபட்டிருச்சு தெரியுமா?.” எனக் கேட்க, ‘தெரியும்’ என்பதாகத் தலையாட்டினான் தியாகு.

“என்ன மன்னிச்சுரு ரமணி. என்னோட மூஞ்சில முழிச்சதாலதான் ராணிக்கு அடிபட்டிருச்சு” குற்றவுணர்ச்சியுடன் பேசினான். ரமணிக்குக் கணவனின் பேச்சு அவனுக்குள் ஒரு மாறுதல் ஏற்படுத்தியிருந்ததை உணர்த்தியது. “ சகுனம்ங்கறது ஒரு குணமில்லைங்க. அது மூடத்தனம் எல்லாத்துக்கும் நாம நெனக்கிற நெனப்புதான் காரணம்.” ரமணியின் பேச்சிற்குத் தலையாட்டினான். மனைவியின் பேச்சிற்கு இன்றுதான் மதிப்பளித்திருக்கிறான். “ நீங்க குற்றவுணர்ச்சியோட இருக்காதீங்க” எனச் சொல்லித் திரும்பியவளிடம், “ நாம ரெண்டு பேரும் ராணியைப் பாத்துட்டு, ஏதாவது உதவி செஞ்சிட்டு வரலாமா?” என்றான். அந்த நேரத்தில் மூன்று வருடமாக தன்னிடம் வாங்கிய கடனைத் தராத மாணிக்கம் வந்தான். “ தியாகு சார்! என்ன மன்னிச்சிடுங்க, மூனு வருஷமா உங்க கடனைக் குடுக்க முடியாமப் போச்சு. உங்க முகத்துல என்னால முழிக்க முடியல. அதனாலதான் ஊரை விட்டே போயிட்டேன். இப்ப நல்லா சம்பாதிச்சு நல்லாயிருக்கேன். இந்தாங்க அசலும் வட்டியும் சேத்து ஒரு லட்சம்” தியாகுவின் கையில் திணித்து விட்டுப் போனான். என்ன பேசுவது எனத் தெரியாமல் தியாகு நின்றிருந்தான். கணவனின் முகத்தில் மாற்றம் தெரிந்தது. ரமணிக்கு மகிழ்ச்சியாக இருந்தது. இருவரும் ராணியைப் பார்க்க வீட்டைப் பூட்டிவிட்டு தெருவிற்கு வந்தார்கள். வழியில் ஒரு வயதான பெண்மணி, “இன்னிக்கு எந்த நாய் மூஞ்சில முழிச்சேனோ” தனியாகப் புலம்பிக் கொண்டே போனாள். தியாகு ரமணியைப் பார்த்துச் சிரித்தான்.

13

நன்மையும் தீமையும்

பார்த்தசாரதிபுரம் என்ற கிராமத்தில் குமார், குரு என்ற இரண்டு நெருங்கிய நண்பர்கள் தங்கள் குடும்பத்தினருடன் வாழ்ந்து வந்தனர். குமார், வீட்டில் பெற்றோர் கொடுக்கும் வேலை, பள்ளிக்கூடத்தில் ஆசிரியர் கொடுக்கும் வீட்டுப்பாடம் என அனைத்தையும் சுறுசுறுப்பாக செய்து முடிப்பான். குரு சோம்பேறி, யார் கொடுக்கும் வேலையையும் தாமதமாகச் செய்து முடிப்பான். சரியாகவும் செய்யமாட்டான். குறுக்கு வழியிலும் செல்ல ஆரம்பித்தான். இதனால் பெற்றோரிடமும் ஆசிரியரிடமும் நன்மதிப்பை இழந்தான். குருவுக்கு புத்தி சொல்லுபவர்கள் யாராக இருந்தாலும் குமாரைச் சுட்டிக்காட்டி, “ நீ குமாரின் நண்பனாக இருந்து எந்தப் பயனும் இல்லை. அவனை எல்லோரும் பாராட்டுகிறார்கள்” எனச் சொல்வதைக் கேட்டு உயிர் நண்பனாக இருந்த குமாரிடமிருந்து விலக ஆரம்பித்தான். குருவுக்கு குமாரைக் கண்டாலே பிடிக்கவில்லை. குமார் தன் நண்பனைத் திருத்த மிகுந்த முயற்சிகள் மேற்கொண்டான்.

ஒருநாள் மாலை பள்ளி முடிந்ததும் குருவின் பின்பு குமார் சென்று வழி மறித்தான். ஆத்திரத்தில் இருந்த குரு “ டேய்! நல்லவனே! எதுக்குடா? வழி மறிக்கிறே. போயிரு . எனக்கு உன்னைக் கண்டாலே பிடிக்கவில்லை” என்றான். “ அப்படியெல்லாம் பேசாத குரு. உன்னையும் எல்லாரும் பாராட்டனும்னு எனக்கும் ஆசையிருக்கு. நீ சுறுசுறுப்பா, விருப்பத்தோட எந்த வேலையைச் செய்தாலும் வெற்றி கிடைக்கும். கவலைப்படாத. சரியாயிரும்” எனக் குமார் சொல்லச் சொல்ல

காது கொடுத்துக் கேட்காமல்; சென்றுவிட்டான். குமாரின் மனம் துன்பப்பட்டது. தன் நண்பன் சீரழிவதை அவனால் பார்க்க முடியவில்லை. தன் வீட்டுக்கு அருகில் தனக்கு நல்ல யோசனைகள் சொல்லும் குப்புசாமி தாத்தாவிடம் சென்று மனக்குறையைச் சொன்னான். " எல்லாம் சரியாயிடும் குமாரு. உன்னோட நண்பன்கிட்ட நான் பேசி, நல்ல வழிக்குக் கொண்டு வர்றேன்'' எனச் சமாதானப்படுத்தி தாத்தா அனுப்பி வைத்தார். தாத்தா குருவைச் சந்தித்து அறிவுரைகள் சொல்ல, அவன் அதைப் பொருட்படுத்தவில்லை. குமார் ஒரு நல்ல செயல் செய்தால் அதைக் கேள்விப்பட்டு, தாத்தா ஒரு செடி நடுவார். குரு ஒரு தவறான செயல் செய்ததைக் கேள்விப்பட்டால் ஒரு பலகையில் ஆணியடிப்பார். குமாருக்கு ஒன்றும் புரியவில்லை. ''என்ன தாத்தா என்னோட செயலுக்கு செடி நடுறீங்க. குருவின் செயலுக்கு ஆணியடிக்கிறீங்க'' எனக் கேட்டால், தாத்தா காலம் வரும் சொல்கிறேன் எனச் சொல்லிச் சிரிப்பார்.

காலங்கள் உருண்டோடின. குமார் இப்போது ஒரு நல்லவேலையில் இருக்கிறான். குருவின் சின்னச்சின்ன தவறுகள், காலப்போக்கில் பெரிதாகி அவனைச் சிறையில் அடைத்துவிட்டது. தாத்தாவிடம் சென்று குமார் கதறினான். " குமாரு நான் சொல்லியும் குரு கேட்கல. பொறுமையாயிரு. அவன் நம்ம வழிக்கு வருவான்'' எனச் சொன்னார் தாத்தா. ஒருவழியாக சிலமாதங்களில் மனந்திருந்தி சிறையிலிருந்து வெளிவந்தான். யாரும் அவனிடம் பேசவில்லை. சிறையிலிருந்து குரு விடுதலையானதைக் கேள்விப்பட்டு நண்பனைப் பார்க்க ஓடிச் சென்றான் குமார். தன்னைப் பார்க்க நண்பன் வந்ததைப் பார்த்து, குருவுக்கு மகிழ்ச்சி என்றாலும் அவமானம் அவனைப் பிடுங்கித்தின்றது. குமார், குருவைக் கட்டிப்பிடித்துக் கொண்டான். குருவின் கண்களிலிருந்து கண்ணீர் கொட்டியது. " நான் இருக்கும் போது, அழக்கூடாது'' எனச் சொல்லி சமாதானப்படுத்தினான் குமார். தனக்குத் தெரிந்தவர்களிடத்தில் சொல்லி குருவின் வேலைக்கு ஏற்பாடு செய்ய முயற்சி செய்தான். யாரும் வேலை கொடுக்கவி;ல்லை. மனம் வருந்திய குருவைக் கூட்டிக் கொண்டு சென்று, தாத்தாவிடம் விட்டுவிட்டு, வேலை தொடர்பாக இரண்டு வருடங்கள் தான் வெளியூர் செல்வதாகச் சொன்னான் குமார். தாத்தா தான் பார்த்துக் கொள்வதாகச் சொல்லி தன் தோட்டத்தில்

வேலை கொடுத்தார். குரு தாத்தாவிடம், முன்பு சொன்ன அறிவுரைகளைக் கேட்காமல் இருந்ததற்கு வருத்தம் தெரிவித்தான். தாத்தா எல்லாம் சரியாகிவிடும் எனச் சொல்லி ஆறுதல் படுத்தினார்.

தாத்தாவுக்கு உதவியாயிருந்த குருவுக்கு ஒரு சந்தேகம் இருந்தது. நீண்ட காலத்திற்கு முன்பே, தாத்தா குமாரின் செயல்களுக்காக செடிகள் நட்டதையும், தன்னுடைய செயலுக்காக பலகையில் ஆணிகள் அடிக்கப்பட்டதையும் கேள்விப்பட்டிருந்தான். இப்போது கேட்கலாமா? என நினைத்தாலும் குற்றவுணர்ச்சி அவனைத் தடுத்துவிட்டது. குரு இப்போது நல்ல செயல்கள் செய்ய ஆரம்பித்திருந்தான். தாத்தா குருவின் நல்ல செயலைக் கேள்விப்படும்போதெல்லாம் முன்பு பலகையிலடித்திருந்த ஆணிகள் ஒவ்வொன்றையும் பிடுங்க ஆரம்பித்தார். குருவுக்கு ஒன்றும் புரியவில்லை. இரண்டு வருடங்கள் கழிந்தன. குமார் மிகப் பெரிய பதவியைப் பெற்று சொந்த ஊருக்கு வந்து சேர்ந்தான்.

குமார் தன் வீட்டுக்குச் செல்லாமல் நேராக, தன் நண்பனைப் பார்க்க வந்தான். தாத்தா மகிழ்ச்சியடைந்தார். குரு தன் நண்பனைக் கட்டிக் கொண்டான். தாத்தா வைத்த செடிகளெல்லாம் மரங்களாகி, பழங்களைத் தந்திருந்தன. குமார் மகிழ்ச்சியடைந்தான். அப்போது குமாரின் கண்களில் ஆணிகள் பிடுங்கப்பட்ட பலகை தென்பட்டது. “ தாத்தா, இப்போதாவது சொல்லுங்கள், செடி நட்டது, ஆணியடித்தது, ஆணியைப் பிடுங்கியது எதற்காக” எனக்கேட்டான். தாத்தா பதில் சொல்ல ஆரம்பித்தார். குருவும் குமாருடன் சேர்ந்து காரணத்தைத் தெரிந்து கொள்ள ஆர்வமாகயிருந்தான். “ குமாரு, நீ செய்த நன்மைக்கு செடி நட்டேன். இப்போது மரங்களாகி பழங்களைத்தருகின்றன. குருவின் தவறுக்கு பலகையில் ஆணியடித்தேன். இவன் நல்லவனாகிவிட்டதால் ஆணியைப் பிடுங்கிவிட்டேன்” என்று சொல்லி அமைதியானார் . குருவுக்கு மகிழ்ச்சி. இருப்பினும் ஊரார் தன்னை இன்னும் நம்பாமல் இருக்கிறார்களே! என்ற வருத்தத்தைச் சொன்னான். “ குரு. உண்மைதான் நீ செய்த தவறுக்கு பலகையில் ஆணியடித்தேன். நீ நன்மை செய்ய ஆரம்பித்ததும் பிடுங்கிவிட்டேன். இருந்தாலும் பிடுங்கப்பட்ட காயம் பலகையில் தெரிகிறதல்லவா? அதைப்போலத்தான் சில காயங்கள் மாற காலங்கள் ஆகும். குமாரின் செயல்களால் செடி, மரமாகி பழங்கள் தருவதைப்போல் உன் செயலுக்கு இனி செடி நடப்போகிறேன் எனத்

தாத்தா சொன்னார். ஆறுதலடைந்த குருவை தன்னுடன் தன் வீட்டிற்குக் கூட்டிச் சென்றுவிட்டு வருவதாக குமார் தெரிவித்தான். தாத்தா சரியென்று தலையசைத்தார். குரு, குமாருடன் சேர்ந்து ஊர் மக்களுக்கு நன்மை செய்ய ஆரம்பித்த வேளையில் தாத்தா செடி நட ஆரம்பித்தார். குருவின்மேல் மக்களுக்கு நல்ல எண்ணம் துளிர்விட ஆரம்பித்தது, தாத்தா குருவுக்காக வைத்த செடிகள் துளிர் விட ஆரம்பி;த்தன.

"தீதும் நன்றும் பிறர்தர வாரா"

14

பொய் சொன்ன அம்மா

ஓர் ஊரில் குமார் என்பவன் வாழ்ந்து வந்தான். திருமண வயதை அடைந்ததும் செல்வியைப் பார்த்து திருமணம் செய்து வைத்தனர் அவனது பெற்றோர். இல்லறம் சிறப்பாக நடைபெற்று வந்தது. அவ்விருவருக்கும் இரண்டு வருடங்கள் கழித்து ரவி மகனாகப் பிறந்தான். பாசத்துடன் நல்ல பண்புகளையும் சொல்லிக் கொடுத்து செல்வி மகனை வளர்த்து வந்தாள். இப்போது ரவி மூன்றாம் வகுப்புப் படித்துக் கொண்டிருக்கிறான். இன்பமாக இருந்த வாழ்க்கையில் இடி விழுந்தது போல் ஒரு சம்பவம் நடந்தது. கடைக்குச் சென்று காய்கறி வாங்கிவிட்டு வீட்டுக்கு வரும் வழியில் விபத்தொன்றில் சிக்கி செல்வி மரணமடைந்தாள். குமாரும் ரவியும் அந்த இழப்பிலிருந்து மீண்டு வர முயன்றும் ஏனோ முடியவில்லை. ஆறு மாதங்கள் கடந்தன. குமாரின் பெற்றோர் வற்புறுத்தி, உன் பிள்ளைக்காகவாவது மறுமணம் செய்து கொள் எனச் சொல்ல அவனோ மறுத்துவிட்டான். உறவினர்கள், நண்பர்கள் எனப் பலரும் வற்புறுத்தி மேலும் மூன்று மாதங்கள் கழித்து சுமதியை குமாருக்கு மணம் முடித்து வைத்தனர். இனியாவது வீட்டில் மகிழ்ச்சியிருக்கும் என நினைத்தான் குமார். தனக்கு ஒரு மனைவி என்பதை விட ரவிக்கு ஒரு அம்மா என்று கணக்குப் போட்டான்.

ரவி பள்ளி சென்று வீடு வரும் போது குமார் இரவு வேலைக்குச் சென்றிருப்பான். திரும்பி பகலில் வீட்டிற்கு வரும் போது ரவி டாட்டா

காட்டி விட்டு பள்ளிக்கூடம் செல்வான். மாதங்கள் கடந்தன. சுமதி மிகுந்த பிடிவாத குணம் கொண்டவள் என்பது போகப் போகப் புரிந்தது குமாருக்கு. ஒரு நாள் சண்டை போட்டு விட்டு தன் பிறந்த வீட்டிற்குச் சென்றுவிட்டாள். குமாருக்கு வேதனையாக இருந்தது. அன்று அவன் வேலைக்குச் செல்லவில்லை. ரவி வந்ததும் அவனுக்கு உணவு வாங்கி வந்து கொடுத்து விட்டு, சுமதியின் போக்கை விசாரிக்கலாம் என நினைத்தான். இருவரும் வாங்கி வந்த உணவைச் சாப்பிட்டனர். ரவி வேக வேகமாகச் சாப்பிட்டான்.

சுமதியைப் பற்றி ஒரு வார்த்தை கூட ரவி கேட்காமல் இருந்தது குமாருக்குச் சந்தேகத்தை ஏற்படுத்தியது. " ஏப்பா! ரவி சுமதியம்மாவைப் பத்தி ஒன்னுமே கேட்கலையே" என்றான். " அம்மா! எங்கப்பா போனாங்க" எனச் சாதாரணமாகக் கேட்டுவிட்டு அமைதியானான். குமாருக்கு என்னவோ போல் இருந்தது. " ரவி, செல்வியம்மாவுக்கும் சுமதியம்மாவுக்கும் ஏதாவது வித்தியாசம் உண்டா?" எனக் கேட்க, ரவி ஆமாம் என்பதாகத் தலையாட்டினான். குமாருக்குப் படபடப்பாக இருந்தது. தழுதழுத்த குரலில் என்னப்பா வித்தியாசம் எனக் கேட்க, ரவி நிதானமாய் பதில் சொன்னான். "செல்வியம்மா பொய் சொல்லுவாங்க, சுமதியம்மா உண்மை சொல்லுவாங்க" எனச் சொல்ல குமாருக்குத் தூக்கி வாரிப் போட்டது. " விளக்கமா சொல்லு ரவி" எனக் கேட்க, பதிலளித்தான் ரவி. "செல்வியம்மா, நா ஏதாவது குறும்பு பண்ணினா, அடிப்பேன்னு சொல்லுவாங்க ஆனா அடிக்க மாட்டாங்க. இன்னிக்கு உனக்கு சாப்பாடு இல்லைனு சொல்லிட்டு தூங்கும்போது எழுப்பி ஊட்டுவாங்க. சுமதியம்மா அப்படியில்ல. என்கிட்ட வேலை சொல்லி என்னால செய்ய முடியாம இருந்தா அடிப்பேன்னு சொல்லுவாங்க. அப்படியே பயங்கரமா அடிச்சுருவாங்க. நீ வேலை செய்ய மாட்ட, உனக்கு சாப்பாடு போட மாட்டன்னு சொல்லுவாங்க. அப்படியே சாப்பாடு போட மாட்டாங்க, நா சாப்பிட்டு ரெண்டு நாளாச்சு. இப்பதான் சாப்பிட்டேன்" எனச் சொல்லி முடிக்க, குமாருக்கு அழுகை பொங்கியது. "இனிமேல் உனக்கு அம்மா, அப்பா ரெண்டுமே நான்தான்" எனச் சொல்லி குமார், ரவியைக் கட்டியணைக்க, வீட்டுச்சுவரில் இருந்த பல்லி கொட்டியது.

15

வில்லாப் பூக்கள்

மாரிச்சாமியின் மனம் அன்று வழக்கத்திற்கு மாறாக துடிதுடித்துக் கொண்டிருந்தது. தாயம்மாளுக்கு இம்முறையாவது ஆண்குழந்தை பிறக்குமா? என்னும் சந்தேகத்தோடு குட்டிபோட்ட பூனைபோல் இங்குமங்குமாக நடந்து கொண்டிருந்தார். தாயம்மாளுக்கு பிரசவவலி அதிகமாக இருந்தது. வலி பொறுக்கமுடியாமல் அலறிக் கொண்டிருந்தாள். கணவன் விரும்பும் வாரிசைப் பெற்றுக் கொடுக்கவேண்டுமென்னும் சிந்ததனை, பிரசவவலியினும் மேலாய் இருந்தது. கடவுளை வேண்டிக்கொண்டே வலியால் துடித்தாள். அவளைச் சுற்றியிருந்த கருப்பாயி, வேலம்மாள், ராசம்மாள் ஆகியோர் ஆறுதல் கூறிக்கொண்டு பிரசவம் பார்த்துக்கொண்டிருந்தனர்.

பனிக்குடம் உடைந்து மற்றொரு பிள்ளை இவ்வுலகைப் பார்க்கப் பயணப்பட்டது. மூத்தபிள்ளை பெண்ணாய்ப் பிறந்த பொழுதே மாரிச்சாமி, மனம் சரியில்லாமல் உள்ளுக்குள் அழுது கொண்டிருந்தார். குலதெய்வம் கோயிலுக்குச் சென்று, ‘‘கடவுளே, ஒனக்கு நா என்ன கொற வெச்சன்னு தெரியல. அடுத்ததாவது வாரிசு பொறக்க கருணை காட்டு. ரெட்டக் கெடா வெட்டி பொங்கல் வக்கிறன்’’ என்று வேண்டிக்கொண்டார். பின்னர் பக்கத்து ஊர் சாமியப்பன் சோசியரிடம் சென்று சாதகம் பார்த்தார். ‘‘ மாரிச்சாமி, கவலைப்படாதடா ஒனக்கு அடுத்ததா பையன் பொறக்கப் போகுது. கொலசாமி தொண இருக்கு’’ எனக்கூற மாரிச்சாமி வழக்கத்தை விட அதிகமாகப் பணம் கொடுத்து வந்தார்.

மாரிச்சாமியுடன் பிறந்தவர்கள் ஆறுபேர். அவருடன் சேர்த்து மூன்று ஆண்களும், மூன்று பெண்களும் உள்ளனர். மற்ற ஐவர் வீட்டிலும் தலைச்சன்பிள்ளை ஆண்பிள்ளைதான். இவருக்கு மட்டும் பெண்ணாய்ப் போனது. ஊருக்குள் மாரிச்சாமியைப் பிடிக்காத அம்மணியம்மாள், "பாவம் பண்ணுனவனுக்குத்தான் மொதப்புள்ள பொட்டையாய்ப் பொறக்-கும்" என்றாள். அவள் அப்படிப் பேசியதற்குக் காரணமுண்டு. இரண்டு வருடங்களுக்கு முன்னால் ஆறுமுகக்கவுண்டர் பூமியில் நடவு வேலை நடைபெற்றபோது ஆண்களும் பெண்களுமாய் இருபதுபேர் வேலை செய்தனர்.வேலை செய்து கொண்டிருந்த போது அம்மணியம்மாளுக்குத் தண்ணீர்த்தாகம் எடுக்கவே ராமாயியையும் கூட்டிக்கொண்டு கிணற்றுக்-கருகிலுள்ள தொட்டியில் நீர் குடிக்க வந்தாள ;. எதிர்பாராத நிலையில் ராமாயி போட்டிருந்த செயின் தொட்டியின் ஓரத்தில் அறுந்து விழுந்-தது. எதேச்சையாக அம்மணியம்மாள் கவனித்து விட்டாள். எப்படி-யாவது செயினை எடுத்துவிடவேண்டுமென்று நினைத்த அம்மணியம்-மாள், " அடியே முன்னாடிப் போடி, அந்தக் கொத்துக்காரன் நம்மளப் பாத்தா வேலைசெய்யாம கூத்தடிக்கிறீங்களானு திட்டுவான். ஆம்பளைக யாராச்சும் வாரதுக்குள்ள நா கொஞ்ச மறவுக்குப் போயிட்டு வர்றன்." எனச்சொல்லி அனுப்பி வைத்தாள். ராமாயி, "சரியாத்தான் சொல்ற நா போறன் வெரசா வந்துரு" எனக்கூறியபடியே வயலுக்குள் இறங்காமல் வேறொரு திசைக்குச் சென்று வெற்றிலை போட்டாள்.

அம்மணியம்மாள் செயினை எடுத்து சேலையில் மறைத்தாள்.அந்த இடத்தை விட்டு வேறிடம் சென்று தன் சுருக்குப் பைக்குள் போட்டுக் கொண்டு, வயலிலிருந்து வீட்டிற்குச் செல்ல திட்டம் தீட்டினாள். வயல்-வேலை நடக்கும் இடத்திற்கு வந்தவள் பாவனைகாட்டி, "ஐயோ, அம்மா வகுத்த வலிக்குதே" என்றவாறு நடிக்கத் தொடங்கினாள். வேலையில் இருந்தவர்கள் ஓடி வந்தார்கள். ராமாயி, "என்னாச்சுக்கா,வகுறு ரொம்ப வலிக்குதா, நா போயி ஓமத்திரான் வாங்கிட்டு வரட்டுமா?" எனக்கேட்க, "அதெல்லா ஒன்னு வேண்டா, வூட்டுக் போயி கசாயம் வெச்சுக் குடிச்சா, நல்லாப்போகும். சோத்துக் கூடய மட்டும் எடுத்துட்டு வா" என்றாள். கூடையை வாங்கிக்கொண்டு நைசாக நடையக் கட்டினாள். வேலாத்தாளுக்கு அம்மணியம்மாளின் செய்கை வித்தியாசமாய்ப் பட்டது. நடவு நட்டுக்கொண்டே பக்கத்திலிருந்த சின்னம்மாளின் காதில்,

“அடியே,எனக்கு அந்தக் கருவாச்சி அம்மணிமா மேல சந்தேகமா இருக்குதுடி, அவ லேசு பட்டவ இல்ல. திடீர்னு வகுத்தவலினு சொன்னவ,வூட்டுக்கு வேகமா நடந்து போறா” எனச்சொல்லிவிட்டு ராமாயி பக்கத்தில் திரும்பினாள். “ஏண்டி, ராமாயி உம் புள்ளயப் பாக்க நேத்து பல்லடத்திலிருந்து மாப்ள வீடு வந்தாங்களாமா? எத்தினி பகுனு நக போட்ற”. “புள்ளய புடிச்சுதுனு சொல்லிட்டு ,மூணு பகுனு கேட்-டாங்க.அவ்வளவுக்கு நானெங்க போவ, ஒரு பகுனு எடுக்கறதுக்குள்-ளவே கண்ணாமுழி நட்டுகிச்சு.வேற எடம் பாத்துக்கங்கனு சொல்லிட்ட” எனக்கூறி செயினைக் காண்பிக்க கழுத்தைத் தடவினாள் ராமாயி, “அய்யோ, செயினைக் காணலயே. எம்புள்ள கண்ணாலத்துக்கு வச்சி-ருந்தேனே” என்றவாறு ஒப்பாரி வைத்தாள்.

வேலை பார்த்துக் கொண்டிருந்த அனைவரும் ராமாயியைச் சூழ்ந்து கொண்டார்கள். “ ஏண்டி, ஒனக்கு கொஞ்சமாவது அறிவிருக்குதா,சயி-னைப் போட்டுகிட்டு எதுக்குடி வந்த. வூட்ல வெச்சா என்னடி”இவ்வாறு பெண்களெல்லாரும் ராமாயியைப் பேசினார்கள். “அய்யோ, குருவி சேக்கற மாதிரி சேத்து போயிருச்சே. நா என்ன பண்ணுவ. குடிசைல வச்சிருந்தா காணாமப் போகுமினு போட்டுட்டு வந்து போச்சே” என்ற-ழுதாள். “சீலய நல்லா ஒதறிப் பாரு. எதுலயாச்சும் சிக்கியிருக்கும்”என்-றாள் வேலாத்தாள். சேலையை உதறிப்பார்;த்தும், வயல்பகுதி முழுவதும் தேடிப்பார்த்தும் கிடைக்கவில்லை. “ சேத்துல விழுந்திருந்தா.கிடைக்-காது”என்றான் முத்துச்சாமி. “நா அம்மணிமா கோட தண்ணி குடிக்கப் போனப்ப இருந்துச்சு. அதுக்கப்புறம் வயலுக்குள்ள எறங்குல” என அழுதுகொண்டே கூறினாள் ராமாயி. மாரிச்சாமிக்கு அம்மணியம்மாள் மீது சந்தேகம் ஏற்பட்டது. எங்கேயாவது ஏதாவது கிடைக்குமா என நோட்டம் விடுபவள் அம்மணியம்மாள். செயினை அவள்தான் எடுத்துக்-கொண்டு போயிருப்பாள் என கணித்தார். தன் கருத்தை வேலாத்தாள் காதில் போட்டார். “ மச்சா! நீங்க சொல்றது சரியாத்தா இருக்கும். அந்த அம்மணிமா இருக்காளே, அவ நோட்டக்காரி. ஊரை அடிச்சு ஒலைல போடுற முண்ட. அவ புருச இருக்கிற காலத்தில எங்கயோ போயி திரு-டிட்டு வந்துட்டா. அத எப்படியோ அந்த மனுசன் பாத்துட்டாரு. திருட்-டுக் கொடுத்தவங்க சந்தேகத்துல வந்து விசாரிச்சப்ப பொய்ச்சத்தியம் பண்ணினாளாம். அவ புருச திருடிட்டு வந்த பொருளை சம்பந்தப்பட்ட-

வங்க கட்ட கொடுத்துட்டாரு. அதுக்கப்புறம் புருசனைக் கண்டபடி பேசி-னாளாம். அந்தாளு சொல்லுப் பொறுக்க மாட்டாம நாண்டுகிட்டாரு'' எனக் கூறியவள்.மாரிச்சாமியின் சந்தேகத்தை ராமாயி காதில் போட்-டாள். உடனே அம்மணியம்மாள் வீட்டை நோக்கி ராமாயி நடையைக் கட்டினாள.;

அம்மணியம்மாளின் கணவர் அங்கமுத்து நகைச்சுவையாகப் பேசக்-கூடியவர். யாரையும் மனம் புண்படும்படி பேசமாட்டார். அதே சமயத்தில் கேலியும் கிண்டலும் அவர் பேச்சில் இழையோடும். மாரிச்சாமிக்கு ஒரு வகையில் அங்கமுத்து சித்தப்பா முறை. சிறுவயதாக மாரிச்சாமி இருந்-தபோது, நண்பன் சோதிராசு எப்பொழுதும் அங்கமுத்து சித்தப்பாவிடம் வாய்த்துடுக்காகப் பேசுவான். ''யோவ், மாமா என்னய்யா எல்லாரும் செவப்பா பொண்ணு கட்டிகிட்டு வந்தா, நீ கருவாச்சியாப் பாத்து அத்-தயாக் கொண்டாத்திருக்க. ஒனக்குப் பொண்ணுப் பொறந்தா நானல்லாம் கட்ட மாட்டன்'' என்பான்.அங்கமுத்துச்சித்தப்பா அவன் பேசுவதைப் பெரிதாக எடுத்துக் கொள்ள மாட்டார். பதிலுக்கு அவரும் விளக்கம் கொடுப்பார். ''டேய், மாப்ள அத்திப்பழம் பாத்திருக்கயா, பாக்க செவப்பா இருக்கும் அதைப் புட்டுப்பாத்தா அத்தனையும் புழுவுதான். நவாப்பழம் கருப்புதா தின்னாத் தித்திக்கும்'' எனக்கூறி கருப்பாக இருந்தாலும் தன் மனைவி சிறப்பு யாருக்கும் வராது என்பார். தன் மனைவியை ஒருபோ-தும் விட்டுக்கொடுத்துப் பேசமாட்டார். மாரிச்சாமிக்குப் பழைய நினைவு-கள் கண்முன் நிழலாடின.

அம்மணியம்மாளுக்கு வீட்டில் இருப்புக் கொள்ளவில்லை. செயினை எங்காவது ஒளித்து வைக்க தனியாகப் பேசிக் கொண்டிருந்தாள். ''யாராச்சும் வர்றதுக்குள்ள நல்ல எடமாப் பாத்து வச்சிரனும். எங்க வக்-கலாம.; எறவானத்து மேல வச்சிரலாம். வூட்டுக்கு வெளில இருந்தா ஆருக்கும் தெரியாது. அதுக்கப்புறம் உள்ள கொண்டாந்தரலாம்''. இவ்-வாறு எண்ணியவாறு செய்து முடித்தாள்.

கோபம் கொண்ட ராமாயி வெறி பிடித்தவள் போல் அம்மணியம்மாள் வீட்டுக்குள் வந்தாள். ''அடியே! திருட்டுச் சிறுக்கி எங்கடி என் சயினு நைசா அமுக்கிகிட்டு வந்துட்ட. ஒழுங்கா குடுத்துறு. இல்லைனா சந்தி சிரிச்சுப் போகும்'' என்று அழுதுகொண்டே பேசினாள். ராமாயிக்கு மகளை விட்டால் உறவில்லை கணவன் வேறொரு பெண்ணை மணந்து

கொண்டதால் இந்த ஊருக்கு வந்துவிட்டாள.; அம்மணியம்மாளுக்குத் திருடனுக்குத் தேள் கொட்டியது போல் இருந்தது. இருப்பினும் வெளிக்-காட்டாமல் சாதுர்யமாகப் பேச ஆரம்பித்தாள். “அடியே! சிறுக்கி மவளே, ஏண்டி என்னப்பாத்தா கேனச்சியா தெரியுதா. எங்கயோ போட்-டுட்டு. எம்மேல சண்டக்கி வர்ற” எனப் பேசினாள். ராமாயி ஊர்ப்பஞ்-சாயத்தில் முறையிடுவேன் என்றாள். மனதுக்குள் அம்மணியம்மாளுக்கு பயம் பற்றிக்கொண்டது. வெளிக்காட்டாமல், “பஞ்சம் பொழக்க வந்த நாயி, அனாதச் சிறுக்கி. புருசனைத் தொரத்திவிட்டவ. ஒனக்கு திரும்-பிப்பாக்க திக்கில்ல அண்ணாந்து பாக்க ஆளில்ல வக்கத்த நாயிக்கு வாயெதுக்குடி” எனப் பலவாறு பேசினாள்.

நடவு வேலையில் இருந்தவர்களில் சிலர் பிரச்சினை பெரிதாகிவிடும் எனக் கருதி ராமாயியை பின் தொடர்ந்து வீட்டிற்குள் வந்தனர். இருவ-ரும் திட்டிக் கொண்டிருப்பதைப் பார்த்து சமாதானப் படுத்த முயன்றனர். யாராலும் சண்டையைக் கட்டுப்படுத்த முடியவில்லை. வாய்ப்பேச்சு கைப்பேச்சாக மாறியது. ஒருவழியாய் போராடி சில பெண்கள் இருவரை-யும் விலக்கி விட்டனர். சோதிராசு மாரிச்சாமியிடம், “இந்தப் பொம்பளக சண்டக்கி முன்னப் போனா நாம சிக்கிக்குவோம்” என்றான். ஆமாம் என தலையசைத்த மாரிச்சாமி எதேச்சையாக எறவானத்தின் மேல் கை வைத்தார். அவர் கையில் செயின் அகப்பட்டது. அங்கிருந்த எல்லோரி-டமும் மாரிச்சாமி காட்டினாh.;; ராமாயி, “தட்டுவானிச் சிறுக்கி. இந்தப் பொழப்பு பொழக்கிறியே, சோத்தத்தான திங்கற என்றாள்”. எல்லோரும் சமாதானப்படுத்த சண்டை முடிவுக்கு வந்தது. ராமாயி மனம் நிம்மதியா-னாள். ஊர்மக்கள் அம்மணியம்மாளைத் திட்டினர். அவளுக்கு அவமா-னமாய்ப் போய்விட்டது. ராமாயி மீது இருந்த கோபத்தைக் காட்டிலும் மாரிச்சாமி மீது அதிகக் கோபப் பட்டாள் அம்மணியம்மாள்.

சோதிடம் பொய்த்துப் போய்விட்டது. மாரிச்சாமிக்கு இம்முறையும் பெண்குழந்தை பிறந்தது. அனலுள் போடப்பட்ட புழுவாய்த் துடித்தார். “அய்யோ! கடவுளே ஒனக்குக் கண்ணில்லையா, இப்பவும் பொண்ணாப் போச்சே, ஒரு சாமியும் எனக்குத் தொண இல்லையே” எனக்கூறி அழு-தார். அப்பொழுது பிள்ளையில்லா மருத்துவச்சி, “மாரிச்சாமி அழுகா-தப்பா, பொம்பளப்புள்ளையா இருந்தாலும அழகா இருக்குது. நாளைக்கு சொம்புத்தண்ணி குடுக்க பொட்டப்புள்ளதான் ஆவும்” எனக்கூறி ஆறு-

தல் படுத்தினாள்.புறந்த குழந்தையைப் பார்க்க வந்தவர்கள் இழவு வீட்டுக்கு வந்தவர்கள் போல் ஆறுதல் கூறிச் சென்றனர். தாயம்மாள் பிள்ளையை வெறுக்கவில்லை.கணவர் ஆசையை நிறைவேற்ற முடியவில்லை என்ற வருத்தம் ஆழ்மனதில் இருந்தது. மாரிச்சாமி பிள்ளையைச சிலநாள்கள்; பார்க்கவேயில்லை. தாயம்மாள் கெஞ்சினாள்,''ஏனுங்க நாம பெத்த புள்ள நாமே வெறுத்தா எப்படீங்க, எப்பாடுபட்டாவது வளத்திப் போடணும். கொழந்த மொகத்தப் பாருங்க. ஓங்க ஆதங்கம் தீரும்'' என்றாள்.

மாரிச்சாமி ஒருவாறு மனதைத் தேற்றிக்கொண்டார். மூத்தபிள்ளைக்குச் செல்லம்மாள் எனப்பெயர் வைத்தவர், இரண்டாவது பிள்ளைக்குத் தன் அப்பத்தாவின் பெயரான வெங்கிட்டம்மாள் எனப் பெயர் வைத்தார். ஊருக்குள் இப்பெயரைக் கேட்டவர்கள், ''மாரிச்சாமி சங்கட்டமா புள்ளப் பெத்து வெங்கட்டம்மானு பேர் வெச்சிருக்கான்'' எனப் பேசிக்கொண்டனர். பிள்ளைகள் இருவரும் நாளொரு மேனியும் பொழுதொரு வண்ணமுமாக வளர்ந்தனர். உரிய காலம் வந்ததும் தன் சக்திக்கு மீறி செல்லம்மாளுக்குத் திருமணம் செய்து வைத்துக் கடனாளியானார். குடும்பம் வறுமையில் வாடியது. மாரிச்சாமிக்கு என்ன செய்வதென்றே புரியவில்லை. இருந்த கொஞ்ச நிலமும் வானம் பார்த்த பூமியாய்த்; தரிசாய்க் கிடந்தது. இவ்வாறு ஐந்து ஆண்டுகள் கழிந்தன.

வெங்கிட்டம்மாளுக்கு எப்படித் திருமணம் செய்வதென்ற கவலையில் தாயம்மாள் ஆழ்ந்தாள். தன் கணவரிடம், ''ஏனுங்க, நமக்குப் பின்னாடி நம்ம பொண்ணப் பாத்துக்க ஆருங்க இருக்கா? இவளுக்கு ஒரு வெவரமும் தெரியாது.அடுப்பே திருப்பதி வாசப்படியே வைகுண்டம்னு வாழ்ந்துட்டிருக்கா. நா சாகறதுக்குள்ள அவ கண்ணாலத்த பாத்துடனும்னு மனசு தவியாத் தவிக்குது'' என்றழுதாள். '' ஏ புள்ள தாயம்மா எதுக்கு இப்பிடி அழுகற, மொதப் பொண்ணக் கட்டிக்குடுத்து அதுக்கான கடனயே கட்டி முடிக்கல. அதுக்குள்ள இன்னொரு புள்ளக்கி கண்ணாலம் பண்றது எப்பிடி'' எனக் கூறி வருந்தினார்.

வெங்கிட்டம்மாள் இலட்சணமாய் இருப்பாள். ஊருக்குள் அழகில்லாத சில பெண்கள் அதிர்ஷ்டங் கெட்டவள் என்ற பெயரை விதைத்திருந்தனர். இரண்டாம் தாரமாய்ப் பெண் கேட்டுக்குக்கூட ஒருவரும் வரவில்லை. நல்ல குணங்கள் மட்டும் வாழ்க்கைக்கு முக்கியமில்லை.

வசதி அதற்கெல்லாம் மேலானது என்பதை வெங்கிட்டம்மாளுக்கு வாழ்க்கைப்பாடம் கற்றுக் கொடுத்தது. வயதான தாயும் தந்தையும் தன் எதிர்காலத்தைப் பற்றிப் புலம்பிக் கொண்டிருக்கிறார்களே என்ற வருத்-தம் மட்டும் இருந்து கொண்டிருந்தது. திருமணம் என்பது மகிழ்ச்சியைக் கொடுப்பதென அனைவரும் எண்ணிக்கொண்டிருக்கையில், துன்பத்தைக் கொடுப்பது என்னும் புதுவிளக்கத்தை வெங்கிட்டம்மாள் புரிந்து கொண்-டாள். வயதான பெற்றோருக்கு தன்னை விட்டால் யாருமில்லை என்ப-துணர்ந்து, வேலைக்குச் சென்று தன் தந்தையுடன் சேர்ந்து செல்லம்மாள் திருமணத்திற்கு வாங்கிய கடனை அடைத்தாள். மாரிச்சாமியின் மனம் பெண்பிள்ளை இருந்ததால்தான் வாழ்க்கை ஓடிக்கொண்டிருக்கிறது என்-பதை உணர்ந்தது.

வெறுமையே வாழ்க்கை என்ற தீர்மானத்திற்கு வந்த வெங்கிட்டம்-மாள் தன் பெற்றோருக்காக யாரும் விலைகொடுத்து வாங்காத வில்லாப் பூக்களாய் வாழ்ந்து கொண்டிருந்தாள்...

16

வெற்றியின் ரகசியம்

அன்று வழக்கத்திற்கு மாறாக காலை 5.00 மணிக்கு அரைத்தூக்கத்தில் எழுந்திருந்த ரமேசுக்கு ஆச்சர்யமாக இருந்தது. வழக்கம்போல் அதிகாலையில் சமையல் வேலைகள் எல்லாவற்றையும் முடித்துவிட்டு அவனது அம்மா சரஸ்வதி எங்கோ கிளம்பிக் கொண்டிருந்தார். "அம்மா" என்ற குரல் வந்த திசையைப் பார்த்தார் சரஸ்வதி. " என்ன கண்ணு, இன்னிக்கு நேரமா எந்திரிச்சிட்ட?" எனக் கேட்டுக் கொண்டே படுக்கையில் இருந்த மகனிடம் வந்தார். "எங்கம்மா, இந்த நேரத்துல தயாராகியிருக்கீங்க!" எனக் கேட்டான் ரமேஷ். "பக்கத்து ஊருல ஒரு கல்யாணம். நேரமா போய்ட்டு வந்துட்டா, வழக்கமா போற வேலைக்குப் போயிடலாம். அதனால தான். இரவு காவல் வேலைக்கு போன உங்கப்பா வந்துருவாரு. அதுவரை எழுந்து படி" எனச் சொல்லி விட்டுக் கிளம்பிவிட்டார்.

ரமேஷ் மீண்டும் படுத்துக் கொண்டான். கல்யாணத்துக்குச் சென்று விட்டு சரஸ்வதி வீடு வர மணி எட்டாகிவிட்டது. "ரமேசு சீக்கிரமா எந்திரிப்பா!" என அம்மாவின் குரல் கேட்டு வேகமாக படுக்கையிலிருந்து எழுந்திருந்தான். " அம்மா. இன்னிக்குச் சிறப்பு வகுப்பு இருக்குதுங்கம்மா. எட்டரை மணிக்கெல்லாம் தமிழய்யா பள்ளிக்கூடம் வரச்சொல்லியிருக்காரு" என்று சொல்லிக் கொண்டே அவசரமாகத் தயாரானான். அப்படியிருந்தும் அவனால் சரியான நேரத்துக்குப் போக முடியவில்லை. பள்ளி சென்றபோது மணி 8.40 ஆகி விட்டது. சிறப்பு வகுப்பு நடை-

பெற்றுக் கொண்டிருந்தது. தமிழய்யா கண்டிப்பாரோ? என்ற அச்சத்துடன் வகுப்பறைக்கு வெளியே தயங்கித் தயங்கி நின்றான் ரமேஷ். “ என்ன, ரமேஷ். தாமதமா வந்திருக்க. இனிமேல் சரியான நேரத்திற்கு வந்து-விடு” என்று ஆசிரியர் சொல்ல, அவருக்கு நன்றி கூறிவிட்டு வகுப்-பறைக்குள் நுழைந்த ரமேசுக்கு, தாமதமாக வந்ததால் ஏற்பட்ட பதற்றம் குறைய சில நிமிடங்கள் ஆனது. இருப்பினும் தன்னால் சரியான நேரத்-துக்கு வரமுடியவி;ல்லை என்ற குற்றவுணர்ச்சி இருந்தது. உணவு இடை-வேளையில் அன்றாடம் அதிகாலை நேரமாக எழுந்து வேலை செய்யும் அம்மாவின் நினைப்பு வந்தது. வகுப்பில் நன்றாகப் படிக்கும் தலைசி-றந்த பத்து மாணவர்களுள் ஏழாவது மாணவனாக ரமேஷ் இருந்தான். மாலை 4.00 மணிக்கு பள்ளி விட்டதும் நேராக வீட்டிற்கு வந்தவன், அம்மாவிடம் காலையில் தாமதமாக எழுந்ததற்கு மன்னிப்புக் கேட்டான். “ பரவாயி;ல்லை. இனிமேல் பள்ளி ஆரம்பிப்பதற்கு பதினைந்து நிமி-டங்கள் முன்னதாகச் சென்று விடு” எனச் சொல்ல ரமேஷ் விழித்தான்.

“ என்னப்பா, முழிக்கிற.” என அம்மா கேட்க.. “சரிங்கம்மா. என்-னால நேரமா எழுந்திருக்க முடியவில்லை அதுக்கு என்ன பண்ற-துனு தெரியவி;ல்லை” எனச் சொல்லி வருந்தினான்.”ரெண்டு நாளைக்கு கஷ்டமா இருக்கும். அப்புறம் சரியாயிரும்” அம்மா கூறுவது சரிதான் என்றாலும் தன்னால் முடியுமா? என்ற சந்தேகத்தோடு, அன்றைய வீட்-டுப்பாடங்களை முடித்துவிட்டு, சாப்பிட்டுவிட்;டுப் படுத்தான். அடுத்த-நாள் காலை ஐந்து மணிக்கே அம்மா ரமேசை எழுப்பிவிட்டார். கஷ்ட-மாக இருந்தாலும் எழுந்துவிட்டான். நேற்றே வீட்டுப்பாடங்களை எழுதி முடித்திருந்தாலும் மீண்டும் அதைப் படிக்கலாம் எனத் தோன்றியது. படித்தபோது ஒருசிலவற்றை மறந்திருப்பது தெரியவந்தது. உடனடியா-கத் திருத்திக் கொண்டான்;. அன்றிலிருந்து முதல்நாள் வீட்டுப்பாடம் செய்ததை அடுத்த நாளும் படிக்கத் தொடங்கினான். பத்தாம் வகுப்புப் பொதுத்தேர்வு நெருங்கிக் கொண்டிருந்த போது, நண்பர்கள் எல்லோரும் நீண்ட நாள் படிக்காமல் இருந்த பாடங்களை விழுந்து விழுந்து படித்துக்-கொண்டிருந்தார்கள். ரமேஷ் மாலை, காலை இருவேளைகளும் படிக்-கும் பழக்கத்தைக் கொண்டிருந்ததால் அவனுக்கு எளிமையாக இருந்தது. ஒரு வழியாக பொதுத்தேர்வு முடிந்து மாணவர்கள் நிம்மதியடைந்தார்-கள்.

விடுமுறைக்காலம் தொடங்கிவிட்டது. ரமேசுக்கு காலை ஐந்து மணிக்கே எழுந்து பழக்கப்பட்டிருந்ததால் வேலைக்குச் செல்லும் அம்மாவுக்கு சமையல் வேலையில் துணையாக இருந்து சமைப்பதையும் கற்றுக்கொண்டான். அம்மா வேலைக்குச் சென்ற நேரத்தில் ஊருக்குள் இருக்கும் நூலகத்திற்குச் சென்று புத்தகங்கள் படிப்பதை வழக்கமாக்கிக் கொண்டான். மாலை நேரத்தில் அம்மா வேலையை முடித்து வருவதற்குள் சிறுசிறு வேலைகள் செய்து, அம்மாவிடத்தில் நற்பெயர் வாங்கியிருந்தான். இப்பொழுதெல்லாம் அதிகாலையில் எழுந்துவிடுவதால் உடலுக்கு ஆரோக்கியமாக இருப்பதையும் அறிந்து கொண்டான். ஒன்றரை மாதங்கள் கடந்தது. அடுத்த நாள் பத்தாம் வகுப்புத் தேர்வு முடிவுகள் வெளியாகும் என்ற தகவல் பத்திரிக்கைகளில் வெளியாகியிருந்தது. மாணவர்கள் எல்லோரும் ஒரு வித பயத்தில் இருந்தனர். ரமேஷ் தேர்வை நல்லபடி எழுதியிருந்தாலும் அவனுக்குள்ளும் பதற்றம் இருந்தது. அன்றிரவு முழுக்க உறக்கம் வராமல் தவித்தான். பிறகு ஒரு வழியாக தூங்கியவன் அதிகாலையில் எழுந்து அம்மாவுக்கு உதவி செய்துவிட்டு, குளித்து முடித்துப் பள்ளிக்கு கிளம்பி வந்தான். பத்துமணியளவில் தலைமையாசிரியர் மாணவர்களின் தேர்ச்சி சதவீதத்தை அறிவிக்க வழிபாட்டுக் கூட்டம் நடைபெறும் இடத்திற்கு வந்தார். மாணவர்கள் பதற்றத்தில் இருந்த அந்நேரத்தில்,'' மாணவர்களே. நீங்கள் அனைவரும் தேர்ச்சியடைந்து பள்ளிக்கு நன்மதிப்பைப் பெற்றுத்தந்துள்ளீர்கள்'' எனத் தலைமையாசிரியர் கூறியபோது மாணவர்கள் மகிழ்ச்சியில் துள்ளிக்குதித்தனர்.

முதல் மூன்று இடம் பெற்ற மாணவர்களுள் முதலிடம் பெற்ற மாணவர், நம் மாவட்ட அளவிலும் முதலிடம் பெற்றுள்ளார் எனச் சொன்னபோது, வழக்கமாக வகுப்பில் முதலிடம் பெறும் மாணவராகத்தான் இருக்கும் என எல்லோரும் நினைத்திருந்தபோது, '' மாவட்ட அளவில் முதலிடம் பெற்றவர், ரமேஷ்'' என அறிவித்தபோது, ரமேஷ் அடைந்த பேரானந்தத்திற்கு அளவேயி;ல்லை. அதற்குள் தொலைக்காட்சி நிருபர்கள் மாவட்ட அளவில் முதலிடம் பெற்ற மாணவரைப் பேட்டியெடுக்கப் பள்ளிக்கு வந்திருந்தனர். ரமேசின் பெற்றோருக்கும் தகவல் தெரிவிக்கப்பட்டு அவர்களும் பள்ளிக்கு வந்திருந்தனர். நிருபர்கள் ''உங்கள் வெற்றியின் ரகசியம் என்ன?'' எனக் கேட்டபோது, அம்மாவைக் கைகாட்-

டினான். சரஸ்வதிக்கு ஒன்றும் புரியவில்லை.'' தினமும் என் அம்மா அதிகாலையில் நேரமாக எழுந்திருந்து வீட்டு வேலைகளை முடித்து-விட்டு வேலைக்குச் செல்வதை உணர்ந்தேன்;. என் அப்பவும் இரவுபகல் பாராமல் உழைப்பவர். படிக்கின்ற நானும் அவ்வாறு இருக்கவேண்டும் எனத் தீர்மானித்தேன். மாலையில் செய்யும் வீட்டுப்பாடங்களை அதிகா-லையிலும் எழுந்து செய்ய ஆரம்பித்தேன். இதுதான் வெற்றியின் ரகசி-யம்'' என ரமேஷ் சொன்னபோது, அவனது ஒளிமயமான எதிர்காலம் எல்லோர் மனதிலும் தெரிய ஆரம்பித்திருந்தது.

www.ingramcontent.com/pod-product-compliance
Lightning Source LLC
LaVergne TN
LVHW060301051026
849517LV00003B/909